இன்றைய நிகழ்வுகள்

எரிக் வுய்யார்

தமிழில்: கு.புகழேந்தி

தடாகம்

தடாகம்

இன்றைய நிகழ்வுகள்

- ***ஆசிரியர்:*** *எரிக் வுய்யார்*
- ***தமிழில்:*** கு. புகழேந்தி
- ***முதற்பதிப்பு:*** *ஜனவரி* ***2023***
- ***பக்க வடிவமைப்பு:*** கி. ஆஷா
- ***அட்டை ஓவியம்:*** ரோஹிணி மணி
- ***அட்டை வடிவமைப்பு:*** வெ. பாலாஜி

Indraiya nigazhvugal a Tamil translation of ***L'ordre du jour*** in French by ***Éric Vuillard,*** published by Actes Sud on 2017, translated in Tamil by ***K. Pugazhendi.***

Tamil translation copyright © Thadagam, Chennai, 2022

Original Title: ***L'ordre du jour***

Original Publisher: © ACTES SUD, 2019

PAP TAGORE

www.bibliofrance.in

First Edition: January 2023

Published by:

THADAGAM
No.112, First Floor, Thiruvalluvar Salai
Thiruvanmiyur, Chennai 600041
Mob: +91-98400-70870
www.thadagam.com | info@thadagam.com

No part of this publication may be reproduced, transmitted, or stored in a retrieval system, in any form or by any means, without permission in writing from Thadagam.

ISBN: 978-93-93361-25-7

Price: ₹ 150

நூலாசிரியர் குறிப்பு

வரலாற்று ஆவணங்களை ஆதாரமாகக் கொண்டே தன்னுடைய புதினங்களை எழுதும் வழக்கம் கொண்டவர் எரிக் வுய்யார். பிரஞ்சு எழுத்தாளரான இவர் பல இலக்கிய விருதுகளுக்குச் சொந்தக்காரர். சரித்திரப் பதிவேடுகளில் உள்ள நிகழ்வுகளுக்கு ஒரு புதிய புரிதலைத் தரும் வண்ணம் அமைகின்றன இவருடைய படைப்புகள். சுருக்கமாகவும் அதே நேரத்தில் பல செய்திகளை உள்ளடக்கியதாகவும் இருக்கும் இவருடைய கதைகள் மனித வரலாற்றில் ஒரு குறிப்பிட்ட காலகட்டத்தில் இழைக்கப்பட்ட அநீதியின் பின்புலத்தில் உள்ள காரணங்களை வெளிச்சத்துக்குக் கொண்டுவருபவைகளாகக் கருதப்படுகின்றன. நேர் எதிர்மறை பொருள் கொண்ட நைய்யாண்டித்தனம்தான் அவருடைய சொல்லாடலின் முக்கிய அம்சமாகக் கருதப்படுகிறது என்றாலும் அவருடைய இலக்கிய நடையின் நேர்த்தியை ஒருபோதும் பாதிக்காத வண்ணம் அதை வெளிப்படுத்தும் திறமை கொண்டவர். எழுத்தாளராக மட்டுமின்றி திரைப்பட இயக்குனராகவும் ‘மத்தேயோ பாலக்கோன்’ (Mateo Falcone) மற்றும் ‘ளோம் கி மார்ஷ்’ (L’homme qui marche) என்ற இரண்டு படைப்புகளை எரிக் வுய்யார் வழங்கியுள்ளார்.

மொழிபெயர்ப்பாளர் குறிப்பு

புது தில்லியில் உள்ள ஜவஹர்லால் நேரு பல்கலைக்கழகத்தில் கடந்த பத்து ஆண்டுகளுக்கு மேலாகத் துணை பேராசிரியராக பணியாற்றிவரும் முனைவர் கு. புகழேந்தி, பிரஞ்சு மொழி, இலக்கியம், வரலாறு மற்றும் கலாச்சாரத்தைக் கற்பித்துவருகிறார். பிரஞ்சு மொழி பேசும் உலகத்தை மொழிபெயர்ப்பின் வாயிலாக தமிழ் வாசகர்களுக்கு வழங்க வேண்டும் என்ற நோக்கத்தில் தன் அலுவல் பணிகளுக்கிடையே மொழிபெயர்ப்பைச் செய்து வருகிறார். இவர் சில தமிழ் இலக்கியப் படைப்புகளையும் பிரஞ்சு மொழியில் மொழிபெயர்த்துள்ளார். ஒன்றுடன் ஒன்று தொடர்பில்லாமல் தொலைவில் பிரிந்து இருக்கும் இலக்கியங்களையும் கலாச்சாரங்களையும், மொழிகளையும் இணைக்கும் பாலம்தான் மொழிபெயர்ப்பு ஆதலால், ஒவ்வொரு மொழி பெயர்ப்பாளனும் அந்தப் பாலத்தின் கட்டுமானத்தில் தன் மொழிபெயர்ப்பின் வாயிலாக ஒரு கல்லையாவது சேர்க்கிறான் என்று ஆழமாக நம்புபவர் கு. புகழேந்தி. மொழிபெயர்ப்பின் வரலாற்றைப் பாடமாக நடத்திவரும் இவர், இந்திய மொழிகளுக்கு என்று உள்ள தனிப்பட்ட மொழிபெயர்ப்பு வரலாற்றைக் கண்டறியும் ஆய்வுகளை மேற்கொண்டுள்ளார்.

நூல் அறிமுகம்

நாசி கட்சி அதிகாரப் பதவியின் அரியணை ஏறும் முன்னரே, ஜெர்மனியின் பல பெரும் தொழில் நிறுவனங்கள் தங்களின் நிதி ரீதியான ஆதரவை வெளிப்படுத்துகின்றன. அதிகாரத்திற்கு வந்த கையோடு உள்நாட்டு எதிர்ப்புகளை லாவகமாகக் கையாண்ட நாசி அரசு, அதன் அடுத்தகட்ட நடவடிக்கையாக மற்ற தேசங்களைத் தன் கட்டுப்பாட்டுக்குள் கொண்டுவரும் முயற்சியில் ஈடுபடுகிறது. அந்த முயற்சியில் இடம்பெற்ற பல கைங்கரியங்கள் வரலாற்றில் சொல்லப்படாமலும், ஆதலால், அறியப்படாமலும் புதைந்து போயின. அந்த உண்மைகளை ஒவ்வொன்றாக வெளியே எடுத்து அவற்றுக்கும் வரலாற்றின் பெரும் நிகழ்வுகளுக்கும் இடையே உள்ள தொடர்பை நமக்குக் காட்சியாய் வழங்குகிறார் கதையின் ஆசிரியர். இந்தப் படைப்பை கதை என்று அழைப்பதுகூடத் தவறு. கற்பனை மட்டுமே நிறைந்திருந்தால் அதை புனைவு அல்லது புதினம் என்றும் சொல்லலாம். எண்பது விழுக்காடு உண்மைகள் நிறைந்த உரையை ஒரு வரலாற்றுக் குறிப்பேடு என்று அழைத்தால் அது மிகையாகாது. ஆனால், பல உண்மைகளையும், அனுகூலத்தின் உதவியுடன் அந்த உண்மைகளுக்குப் பின்னால் இருந்த இன்னும் பல உண்மைகளை உணர்வுப்பூர்வமாக எடுத்துரைக்கிறது இந்தப் படைப்பு. வரலாற்றின் மறுக்க முடியாத பக்கங்களை மறைக்கப்பட்ட பக்கங்களுடன் இணைக்க எடுக்கப்பட்ட ஒரு முயற்சி என்றுதான் இதைச் சொல்ல வேண்டும். எரிக் வுய்யாரின் 'இன்றைய நிகழ்வுகள்' காலத்தில் நம்மைப் பின்னோக்கிப் பயணிக்க வைக்கும் ஒரு மந்திரக் கம்பளம்.

ஓர் இரகசியக் கூட்டம்

கதிரவன் ஒரு கனிவற்ற ஒளிப்புள்ளி. பனி முட்களால் ஆனது அவனது இதயம். கருணையற்றவை அவனது கதிர்கள். பிப்ரவரி மாதத்தின் குளிரில் மரங்கள் இறந்துவிட்டன. ஊற்றுகள் நீரை உமிழ மறந்ததுபோலவும், அதே நேரத்தில் கடல் அந்நீரை விழுங்க மறுத்ததுபோலவும், ஊற்றுக்கும் கடலுக்கும் இடையிலான ஆறு உறைந்துபோய் அசைவின்றி இருந்தது. நேரமும் நகர மறுத்தது. ஓர் அதிகாலைப் பொழுது, பறவைகளின் கூச்சல்கூட இல்லாத முழுமையான நிசப்தம். அப்போது, ஒரு வாகனம் வந்தது, அதன் பின்னே இன்னொன்று, அதை தொடர்ந்து திடீரென சில காலடியோசைகள், முகம் தெரியாத சில நிழலுருவங்கள். நாடகம் அரங்கேறும் வேளையில், நாடகம் நடத்துபவர் மூன்று முறை கையைத் தட்டி ஓசை எழுப்பி மேடையின் திரையை விலக்கச் சொல்லி சைகை செய்தார், ஆனால், அரங்கின் திரைதான் விலக வில்லை.

அது ஒரு திங்கட்கிழமை, பனித்திரையால் மூடப்பட்டிருந்த அந்த நகரம் மெதுவாக இயங்கிக்கொண்டிருந்தது. வழக்கம்போல் அன்றும் மக்கள் பணியிடத்திற்குச் சென்றனர். டிராம் வண்டியிலும், பஸ்ஸிலும் பயணித்து இம்பெரியல் கட்டடத்தை (Imperial building) நோக்கி ஊடுருவி விரைந்தபடியே கடும் குளிரில் சற்றுக் கண்ணயர்ந்தனர். ஆனால், அந்த ஆண்டின் பிப்ரவரி 20ஆம் தினம் மற்ற நாட்களைப் போல் அல்லாமல் மாறுபட்ட ஒன்று. இருப்பினும், பெரும்பாலானவர்கள் தங்களது காலை பொழுதைக் கடுமையான உழைப்பில் ஈடுபட்டுக் கழித்தனர், மும்முரமாகச் செய்யப்படும் அர்த்தமற்ற இயந்திரத்தனமான சின்னஞ்சிறு செய்கைகளுக்குள்தான் மனித வாழ்க்கையின் அர்த்தம் சுருங்கி அடங்கியுள்ளது. அந்த ஊமை உண்மையைப் பிரதிபலிக்கும் அலுவல் பணி என்ற ஒரு கண்ணியமான பெரும்பொய்யில் அவர்கள் நேரத்தைச் செலவிட்டனர். இவ்வாறாக இயல்பாகவும்,

அமைதியாகவும் பகல் பொழுது கரைந்தது. தொழிற்சாலைக்கும் வீட்டிற்கும், தெருக்கடைக்கும் துணிகள் காயும் புழக்கடைக்கும் இடையேயென ஒவ்வொருவரும் வந்துசெல்வதுமாய் இருந்தனர். பின்னர் மாலையில், பணியிடத்திற்கும் மதுக்கடைக்கும் என ஒரு சுற்று அலைந்து, கடைசியாக வீடு திரும்பி, கௌரவமான வேலையிலிருந்தும், வாழ்வின் பரிச்சயங்களில் இருந்தும் வெகு தொலைவில் அயர்ந்து ஓய்ந்திருக்கும் வேளையில், ஸ்பிரீ (Spree) ஆற்றின் கரையில், காரில் வந்த சில கனவான்கள் ஒரு மாளிகையின் முன்பு இறங்கினர். காரின் கதவு அவர்களுக்காக மிகவும் பணிவுடன் திறக்கப்பட்டது. அந்த நீண்ட கறுப்பு ஊர்திகளிலிருந்து இறங்கி ஒருவர் பின் ஒருவராக மாளிகையின் சரளைக் கற்களால் கட்டப்பட்ட பெரும் தூண்களைக் கடந்து சென்றனர்.

அவர்கள் மொத்தம் இருபத்துநான்கு பேர். கரையோரத்தில் சவங்களாய் நிற்கும் மரங்களுக்கு அருகே இருபத்துநான்கு கறுப்பு, பழுப்பு மற்றும் கருஞ்சிவப்பு மேல்அங்கிகள், கம்பளி சுமந்த இருபத்துநான்கு ஜோடி தோள்கள், இருபத்துநான்கு கோட் சூட்டுகள், அதே எண்ணிக்கையில் கீழே நன்றாக மடித்து விடப்பட்ட கால்சட்டைகள் என நின்றிருந்தனர். பேரவைத் தலைவர் மாளிகையின் பிரம்மாண்டமான முன்பகுதிக்குள் அந்த நிழலுருவங்கள் ஊடுருவின; விரைவில் பேரவையும் இருக்காது, அதில் தலைவரும் இருக்க மாட்டார், அத்தோடு இன்னும் சில ஆண்டுகளில் பாராளுமன்றமே இல்லாமல் போய் புகை மண்டலத்தில் இடிந்துகுவிந்து கிடக்கும் கட்டடத்தின் எச்சங்கள் மட்டுமே எஞ்சியிருக்கும்.

இப்போது, அந்த இருபத்துநான்கு தொப்பிகளும் கழட்டப் பட்டு, அதன் கீழ் மறைந்திருந்த உச்சிவழுக்கையும், தொப்பி கழட்டப்பட்ட வேகத்தில் வழுக்கையைச் சுற்றி மிச்சமிருந்த சில வெள்ளை முடிகள் வட்ட வடிவில் ஒரு கிரீடம்போல் குத்திட்டு நின்றவாறு இருபத்துநான்கு கபாலங்களும் தெரிந்தன. காட்சி அரங்கில் நுழையும் முன்னர் ஒருவருக்கொருவர் பெருமிதத்துடன் கை குலுக்கிக்கொண்டனர். மாளிகையின் பிரம்மாண்ட முன் பகுதியில் இருந்த மதிப்பிற்குரிய ராஜ வம்சாவளி பிரஜைகள் தங்களுடைய சிரிப்புகளை அடக்கியொலித்தபடியும், கிசுகிசுக்களைப்

பரிமாறியபடியும் அரட்டை அடித்துக்கொண்டிருந்தனர். தோட்டத்தில் நடக்க விருக்கும் விருந்து கேளிக்கைகளுக்கு முன்னர் தற்பெருமையுடன் தங்களை விறைப்பாகக் காட்டிக்கொள்ள முயல்வது போல் இருந்தது அவர்களின் தோரணை.

அந்த இருபத்துநான்கு நிழலுருவங்களும் முதல் நிலை படிக் கட்டுகளைக் கவனமாக ஏறிக் கடந்தன. பின்னர் ஆங்காங்கே சில நேரங்களில் நின்று தங்களுடைய வயதான இதயத்தை அதிகம் இயங்கவைத்து களைப்படையச் செய்யாமல், ஒன்றன் பின் ஒன்றாகப் படிகளை விழுங்கியபடி, மேற்கொண்டனர். அவர்களின் கைகள் படிக்கட்டுகளின் பக்கவாட்டில் இருந்த முக்கோண வடிவ தாமிரக் கைப்பிடியை இறுகப்பிடித்துக்கொள்ள, கண்கள் பாதி மூடியபடி, அந்தக் கட்டடத்தின் நேர்த்தியான மேல்மாடத்தையோ அல்லது அதன் வில்போல் வளைந்த உட்கூரையையோ பார்த்து வியக்காமல், ஏதோ கண்களுக்குத் தெரியாத காய்ந்த இலைச் சருகுகளின் மீது நடப்பதுபோல ஆர்வமின்றி எதையும் பொருட்படுத்தாமல் நகர்ந்தனர். பின்னர் வலதுபுறமாக இருந்த ஒரு சிறு நுழைவாயிலின் வழியாக அவர்கள் வழிநடத்திச் செல்லப்பட்டனர். சதுரக்கற்கள் பதித்த தரை ஒன்றின் மேல் சில அடிகள் நடந்த பின்னர் சுமார் முப்பது படிகள் ஏறி கட்டடத்தின் இரண்டாவது தளத்தை அவர்கள் அடைந்தபோது, வரிசையாக வந்தவர்களில் முதலில் யார் இருந்தார் என்று எனக்குச் சரியாகத் தெரியவில்லை, அதைத் தெரிந்தும் எந்தப் பயனும் இல்லை. ஏனென்றால் அந்த இருபத்துநான்கு பேரும் ஒரே காரியத்தைச் செய்ய வேண்டிய, ஒரே பாதையில் செல்ல வேண்டிய கட்டாயத்தில் உள்ளனர். படிக்கட்டுகளை ஒட்டியபடி வலதுபக்கம் திரும்பி, பின்னர் இடது பக்கம்,தானாகவே திறந்து மூடும் சிறிய கதவுகளுக்குப் பின் இருந்த ஒரு பெரிய வரவேற்பறையினுள் நுழைந்தனர்.

ஒரு இலக்கியப் படைப்பில் எது வேண்டுமானாலும் சாத்தியம் என்று சொல்லுவார்கள். நான் நினைத்தால் அவர்களைத் தொடர்ந்து முடிவில்லாமல் அந்தப் படிக்கட்டுகளிலேயே பயணிக்க வைக்க முடியும். ஆம் அவர்களை பென்ரோஸ் அமைப்புடைய படிக் கட்டுகளில் (Penrose stairs) ஏறிச் செல்லும்படி செய்தால் அது சாத்தியமாகும். அவர்களால் ஒருபோதும் ஏறவும் முடியாமல்

இறங்கவும் முடியாமல், இரண்டையும் ஒரே நேரத்தில் ஒரே மாதிரியாக முடிவின்றிச் செய்வார்கள். எதார்த்தத்தில், புத்தகங்கள் அதைத்தான் நமக்குச் செய்கின்றன. வார்த்தைகளை லாவகமாகப் பிரயோகப்படுத்தி நேரத்தைச் சுருக்கவும், நீட்டவும், அதன் பருமனைக் கூட்டவும் குறைக்கவும், வாக்கியங்களைப் புரிதலுக்குக் கடினமாகவும், ஏன் அப்பாலும்கூட நீட்டி முழக்கி, நகர்வுகளை மெதுவாகவும், கற்சிலைபோல் ஒரே இடத்தில் நிற்க வைக்கவும் முடியும். நமது கதையின் கதாபாத்திரங்கள் இன்னமும் அந்த மாளிகையிலேயே, ஒரு மாயக்கோட்டையில் அகப்பட்டவர்கள் போல், உள்ளனர். அங்கு உள்ளே சென்றதிலிருந்து தலைமேல் இடி விழுந்ததுபோல் உறைந்துபோய் உணர்வற்றவர்களாயினர். கதவுகளின் மேல்சாளரங்கள் இடிந்தும், உடைக்கப்பட்டும், முற்றிலும் பெயர்தெடுக்கப்பட்டும், மீண்டும் வர்ணம் பூசப் பட்டும் இருந்ததால் கதவுகள் மூடியிருந்தும் திறந்திருப்பது போலவே இருந்தன. படிக்கட்டுகளிள் ஏறுபவர்கள் பிடிப்பதற்கான உலோகக் கம்பிகள் பளபளத்த போதும் படிக்கட்டுகள் ஆள் நடமாட்டமின்றி வெறிச்சோடிப்போய் இருந்தன. சரவிளக்குகள் மின்னியபோதும் அவை ஒளியற்று இயற்கையை எய்தியிருந்தன. கதையின் காலநேரத்தில் நம்மால் எங்கு வேண்டுமானாலும் செல்ல இயலும். அதன்படி, ஆல்பர்ட் வொக்ளெர் (Albert Vögler) முதல் வரிசை படிக்கட்டுகளை ஏறியபின், மூச்சுவாங்கியபடி அங்கிருந்த சிறு சமதளத்தில் வியர்த்து விறுவிறுத்தப்போய் தனது சட்டை காலரைச் சரிசெய்துகொண்டார், அவருக்கு லேசாகத் தலை சுற்றுவதுபோல் இருந்தது. அங்கிருந்து படிக்கட்டுகளின் மேல் தன் ஒளியைத் தெறித்துக்கொண்டிருந்த பெரிய மின்விளக்கின் வட்டவடிவ வெளிச்சத்தில், கைகள் அற்ற தன் மேல்சட்டையைச் சரிசெய்து அதன் முதல் பொத்தானை அவிழ்த்து காலரை நன்றாகத் திறந்துவிட்டார். அநேகமாக அங்கே வந்த குஸ்தாவ் க்ரூப்பும் (Gustav Krupp) அந்த சமதளத்தில் சற்று நின்று அல்பெர்ட்டிடம் சில பரிவான வார்த்தைகளை உதிர்த்தார். வயோதிகத்தைப் பற்றிய ஒரு சிறிய அழகான வாக்கியம் அது. சுருங்கச் சொன்னால் "துணைக்கு நான் இருக்கிறேன்" என்பது போன்ற சில ஆதரவு வார்த்தைகள். அதற்குப் பின் குஸ்தாவ் தன் பயணத்தைத் தொடர, ஆல்பர்ட் வொக்ளெரோ ஒரு கொடி படர்ந்திருப்பது போன்ற வடிவில்

இருந்த சரவிளக்கின் வட்ட வெளிச்சத்தின் கீழ் அங்கேயே சில நொடிப்பொழுதுகள் தனியாக நின்றார்.

அவர்கள் அனைவரும் ஒரு சிறிய கூடத்தினுள் நுழைந்தனர். அப்போது கார்ல் வோன் சைமன்ஸின் (Carl von Seimens) பிரத்தியேக செகரட்டரி உல்ஃப் டெய்ட்ரிட்ச் (Wolf-Dietrich), அங்கிருந்த கண்ணாடி கதவின் அருகே சில கணங்கள் ஆடி அசைந்தபடி நின்றுகொண்டு, மேல்மாடத்தை ஒரு மெல்லிய கம்பளம் போல் போர்த்தியிருந்த பனித்துகள்களின் மீது தனது பார்வையை ஓட விட்டார். ஒரு கணம் திக்கற்றுத் திரியும் மானுடச் சல்லாபங்களில் இருந்து விடுபட்டு இயற்கையை ரசித்தார். அதே நேரத்தில், மற்றவர்கள் அரட்டை அடித்தபடி, சுருட்டைப் பற்றவைத்து புகைத்தனர். பின்னர் தங்களின் உடைகளின் நிறத்தைப் பற்றியும், தோலாடைகளின் தரத்தைப் பற்றியும், யாருக்குக் காரம் பிடிக்கும், யாருக்கு மிருதுவான உணவு வகைகள் பிடிக்கும் என்பதைப் பற்றியும், அளவுகளைப் பற்றி துல்லியமாகத் தெரிந்தவர்கள் போல் தங்களின் கரங்களை மேலும்கீழும் அகல விரித்து நீள அகலங்களைக் காட்டியும், ஆட்டுக்கால் எலும்பைப் பற்றியும் பேசிக்கொண்டிருக்க, ஜன்னலின் முன் நின்றுகொண்டு அதன் தங்க நிறத்தில் வர்ணம் பூசப்பட்ட வளையம் போன்ற கம்பிகளைக் கைகளால் அழுத்திப் பிடித்தபடி இருந்த உல்ஃப் டெய்ட்ரிட்ச்சின் மனம் உலகை மறந்து அவர் முன்னிருந்த இலைக்களற்ற மரங்களின் கிளைகளிலும், ஸ்பிரீ ஆற்றிலும் லயித்திருந்தது.

அங்கிருந்து சில அடிகள் தூரத்திலேயே, தன்னுடைய தடித்த மூக்குக் கண்ணாடியைச் சிறிது மேலும் கீழுமாய் நகர்த்தி சரி செய்துகொண்டே கூரையின் உட்பகுதியில் வசீகரமான நுட்ப வேலைகளுடன் வீற்றிருந்த பிளாஸ்ட ஆப் பாரிஸ் சிலைகளைக் கண்டு வியந்துகொண்டிருந்தார் வில்ஹெல்ம் வோன் ஒப்பெல் (Wilhelm von Opel). காலத்தின் தொடக்கப் புள்ளியில் இருந்தே நம்மைக் குறிவைத்து பாய்ந்துவரும் வம்சாவழியில் வந்தர்களில் அவரும் ஒருவர். ப்ரோபாக் (Braubach) நகரத்தில் ஒரு கிறித்தவ ஆலயத்தின் கட்டுப்பாட்டில் இருந்த ஒரு சிறு நிலத்திற்குச் சொந்தக்காரர்களாக இருந்து, துணிமணிகள் மற்றும் உடுப்பு வகையறாக்களைப் பார்த்துக்கொள்ளும் பணியைச் செய்து, பின்னர்

நீதித்துறை அதிகாரிகளாகி, பிறகு நீதிபதிகளாகவே ஆனபோது தான், ஆடம் ஒப்பெல் (Adam Opel) - தன் அன்னையின் அடிவயிற்றின் சிக்கலான உட்பகுதியில் இருந்து வெளியே வந்தார். பின்னர் பூட்டுகள் தயாரிப்பதன் நுட்பங்களை நன்கு கற்றுத்தேர்ந்து - அந்த நிபுணத்துவத்தை வைத்து ஓர் அற்புதமான தையல் இயந்திரத்தை வடிவமைத்தபோதுதான், அந்தக் குடும்பத்தாரின் பெயர் உண்மை யிலே சற்று ஒளிமயமாகத் தொடங்கியது. ஆனால், அவர் அப்படி எதையும் புதிதாக உருவாக்கிவிடவில்லை என்பதுதான் உண்மை, ஆரம்பத்தில் ஒரு தையல் இயந்திரத் தயாரிப்பாளரிடம் பணி யாளாகச் சேர்ந்தார், தொழில் நுணுக்கங்களைக் கூர்ந்து கவனித்தார், காலம் கனிந்துவரக் காத்திருந்தார், பிறகு இயந்திர மாதிரிகளைச் சற்று மேம்படுத்தினார். அவருக்கு வளமான வரதட்சணையுடன் வாய்த்த சோஃபி ஷெல்லெர் (Sophie Scheller) என்ற பெண்ணை மணந்து தன்னுடைய முதல் தையல் இயந்திரத்திற்கு அந்தப் பெண்ணின் பெயரையே சூட்டினார். அதற்குப் பின் அவருடைய தையல் இயந்திரங்களின் உற்பத்தி பெருகிக்கொண்டே போனது. சில வருட காலத்திற்குள் பெரும் புழக்கத்திற்கு வந்த அந்த இயந்திரங்கள், காலத்தின் மாறுதல்களுக்கு ஏற்ப வளைந்து கொடுத்து, மனிதர்களின் வாழ்க்கையில் இன்றியமையாத ஒரு அங்கமாகி ஐக்கியமாயின. வரலாற்றில் அந்த இயந்திரத்தை உண்மையாகவே கண்டுபிடித்தவர்கள் வெகு முன்னதாகவே அதை உருவாக்கிவிட்டுச் சென்றதுகூட அதற்கு ஒரு காரணம்தான். தையல் இயந்திரத் தயாரிப்பில் வெற்றியைக் கண்ட மிதப்பில் ஆடம் ஒப்பெல் (Adam Opel) சைக்கிள்களைத் தயாரிக்க முனைந்தார். அப்போதுதான் ஓர் இரவு அவர் வீட்டு வாசற்கதவின் இடுக்கு வழியே நுழைந்து அவருடைய காதுகளை எட்டியது ஒரு குரல். அதைக் கேட்டு அவருடைய இதயம் சில்லிட்டுப் போனது, ஏன் உறைந்தேகூட போனது. அந்தக் குரல் காப்புரிமையைக் கேட்டுவந்த தையல் இயந்திரத்தை உண்மையாகக் கண்டுபிடித்த கண்டுபிடிப்பாளர்களின் குரல் அல்ல, அது அவரது நிறுவனத்தின் லாபத்தில் பங்கு கேட்டு வந்த பணியாளர்களின் குரலும் அல்ல. உண்மையில் அது அவரது ஆன்மாவைக் கேட்டு வந்த ஆண்ட வனின் குரல், ஆதலால் அவர் அதை மறுக்காமல் தர வேண்டிய தாயிற்று.

ஆனால், தொழில் ஸ்தாபனங்கள் மனிதர்களைப் போல் மறைவதில்லை, காரணம் அவை பூத உடல்களால் ஆனவை அல்ல, மாறாக என்றும் அழிவற்ற ஒளி உடல்களால் ஆனவை. ஒப்பெல் (Opel) என்ற வியாபார அடையாளப் பெயர் தொடர்ந்து சைக்கிள்களை விற்பனை செய்தது, பின்னர் வாகனங்களையும் விற்றது. நிறுவனத்தை நிறுவியவர் இறந்தபோது அதில் ஆயிரத்து ஐநூறு ஊழியர்கள் பணிபுரிந்தனர். அந்த எண்ணிக்கை தொடர்ந்து அதிகரிக்க மட்டுமே செய்தது. ஒரு ஸ்தாபனம் என்பது ஒரு மனிதரைப் போல்தான், அந்த மனிதரின் உடலின் இரத்த நாளங்கள் அனைத்தும் அவரின் தலைக்கு மட்டுமே குருதியைப் பாய்ச்சுகின்றன. அதனால்தான் அதை ஒரு குழுவாக ஒருங்கிணைக்கப்பட்ட நிறுவனம் அல்லது கார்பரேட் (corporate) என்று அழைக்கிறோம் (corps என்றால் உடல் என்று பொருள்). இந்தக் காரணத்தினால்தானோ என்னவோ அவற்றின் ஆயுட்காலம் நம்முடையதைவிட நீண்டதாக உள்ளது. அப்படித்தான், அந்த பிப்ரவரி 20ஆம் தேதி அன்று வில்ஹெல்ம் (Wilhelm) ரெய்ஸ்ட்டாக் அதிபர் மாளிகையின் சிறிய கூட்டத்தில் நின்றபடி யோசனையில் ஆழ்ந்திருக்கும்போது ஒப்பெல் நிறுவனம் ஒரு மூப்படைந்த மூதாட்டியாகியிருந்தது. இப்போதைக்கு அவள் ஒரு சாம்ராஜ்யத்திற்குள் இயங்கிக்கொண்டிருக்கும் இன்னொரு குட்டி சாம்ராஜ்யம், அன்றைய தேதியில் அந்த மூதாட்டிக்கும் ஆடம் ஒப்பெல் கண்டுபிடித்த தையல் இயந்திரத்திற்கும் இடையேயான தொடர்பு ஒரு மங்கலான தூரத்து உறவுபோல் ஆகிவிட்டது. அப்படியே ஒரு பேச்சுக்காக ஒப்பெல் நிறுவனம் ஒரு வயது முதிர்ந்த செல்வச்சீமாட்டி என்று வைத்துக்கொண்டால்கூட, காலத்தைக் கடந்த அவளது வயதின் காரணமாய் இப்பொழுது அவளை யாரும் சட்டை செய்வதுகூட இல்லை. அவள் சமுதாயச் சமவெளியில் கேட்பாரற்ற ஓர் அங்கமாக ஆகிவிட்டாள். சொல்லப் போனால், இன்றைய காலகட்டத்தில் ஒப்பெல் நிறுவனம் சில தேசங்களைவிடப் பழமையானது என்று சொன்னால்கூட அது மிகையாகாது, லிபான் நாட்டைவிட, ஏன் ஜெர்மனி நாட்டை விட அதிக வயதானது. ஆப்பிரிக்க தேசங்கள் பலவற்றைவிட பழமையானது. விண்ணுலகில் சென்று மறையும் முன்னர் கடவுள் களே ஒருகாலத்தில் வசித்து வந்த பூட்டான் நாட்டைவிடப் பழமையானது என்றே சொல்லலாம்.

முகமூடிகள்

இவ்வாறாக அந்த மாளிகையினுள் பிரவேசித்த இருபத்து நான்கு கனவான்களையும் ஒவ்வொருவராக அருகில் சென்று நம்மால் உற்றுக் கவனிக்க இயலும். அவர்களின் திறந்து விடப் பட்ட சட்டை காலரையும், தளர்த்திவிடப்பட்ட டையின் முடிச் சையும், அவர்களின் மீசையின் அசைவுகளையும் மயிரிழை நெருக்கத்தில் நம்மால் கூர்ந்து பார்க்க முடியும், புலித்தோல் போல் கோடுகள் கொண்ட அவர்களின் மேலாடையை வியந்து நோட்டமிட முடியும், அவர்களின் கவலை தோய்ந்த கண் களுக்குள் புகுந்து அதிலுள்ள மூக்குத்தி பூவின் பிரகாசமான மஞ்சள் நிறத்தையும் காண இயலும். ஆனால், நாம் மறுபடியும் அதே சிறிய கதவின் முன் வருவோம், அதன் அழைப்பு மணியை அடித்து, மீண்டும் காலத்தில் பின்னோக்கிப் பயணித்து, பல கைங்கரியங்களின், இனிய இணைவுகளின், சந்தேகத்திற்குரிய பணபரிவர்த்தனைகளின் தொடர்ச்சியை விவரமாகப் பார்க்கும் சிறப்புரிமையை நமக்கு வழங்கும் கால கட்டமைப்பினுள் செல் வோம். மொத்தத்தில் அவர்களின் சலிப்புத் தட்டும் சாகசங்களைப் பற்றி கதைப்போம்.

அந்த பிப்ரவரி 20ஆம் தேதி அன்று, ஆடம் ஒப்பெலின் மகனான வில்ஹெல்ம் வோன் ஒப்பெல், தன் விரல்நக இடுக்கு களில் விடாப்பிடியாய்த் தேங்கியிருந்த கறுப்பு நிற எண்ணெய்ப் பிசினைச் சுத்தம் செய்திருந்தார், தனது சைக்கிளைக் கிடங்கில் கிடத்திவிட்டிருந்தார், தையல் இயந்திரந்தைப் பற்றி மறந்தே போனார், ஆனால், அந்த வம்சாவழியின் மொத்த கதையையும் சாராம்சமாக எடுத்துரைக்கும் ஒன்றை மட்டும் தன்னுடனே வைத் திருந்தார்.

தன்னுடைய அறுபத்திரண்டாவது அகவையில் அடியெடுத்து வைத்திருந்த அவர், தன் கைக்கடிகாரத்தைப் பார்த்தபடி லேசாக

இருமினார். தன் கீழ்உதட்டை இறுக்கமாகக் கடித்தபடி அந்தச் சிறிய வட்டக் கருவியைக் கூர்ந்தார். ஜால்மர் ஷாக்ட் (Hjalmar Schacht) தன்னுடைய பணியைத் திறம்பட ஆற்றியிருந்தார். ஆதலால் விரைவிலேயே ரெய்ச் பேங்கின் தலைமை நிர்வாகியாகவும், பொருளாதார அமைச்சராகவும் நியமிக்கப்படுவார். இதோ அங் கிருந்த மேசையைச் சுற்றி கூடியிருந்தவர்களின் பெயர்ப்பட்டியல். குஸ்தாவ் க்ரூப் (Gustav Krupp), ஆல்பர்ட் வொக்ளெர் (Albert Vögler), கூந்தர் காண்ட்த் (Günther Quandt), பிரெய்ட்ரிச் ஃப்ளிக் (Friedrich Flick), எர்னஸ்ட் டேங்கில்மன் (Ernst Tengelmann), ஃப்ரிட்ஸ் ஸ்பிரிங்கோரம் (Fritz Springorum), ஆகஸ்ட் ரோஸ்டர்க் (August Rosterg), எர்னஸ்ட் ப்ராண்டி (Ernst Brandi), கார்ல் பியூரென் (Karl Büren), கூந்தர் ஹெபெல் (Günther Heubel), ஜார்ஜ் வோன் ஷ்னிட்ஸ்ளெர் (Georg von Schnitzler), ஹியூகோ ஸ்டின்னஸ் ஜூனியர் (Hugo Stinnes Jr.), எட்வர்ட் ஷுல்ட் (Eduard Schulte), லுத்விக் வோன் விண்டர்ஃபெல்டு (Ludwig von Winterfeld), வொல்ஃப்-டெய்ட்ரிச் வோன் விட்ஸ்ல்பென் (Wolf-Dietrich von Witzleben), வொல்ப்காங் ரியூட்டர் (Wolfgang Reuter), ஆகஸ்ட் டெய்ஹ்ன் (August Diehn), எரிக் ஃபிக்கலர் (Erich Fickler), ஹான்ஸ் வோன் லோவென்ஸ்டெய்ன் ஸு லோவென்ஸ்டெய்ன் (Hans von Loewenstein zu Loewenstein), லுத்விக் கிரௌர்ட் (Ludwig Grauert), குர்ட் ஷ்மிட் (Kurt Schmitt), ஆகஸ்ட் வோன் ஃபின்க் (August von Finck), மற்றும் டாக்டர் ஸ்டெய்ன் (Dr. Stein) அவர்கள். அதாவது தொழில் மற்றும் நிதித்துறைகளின் ஒட்டுமொத்த பிரபஞ்சமும் அங்குதான் கூடியிருந்தது. அப்போதைக்கு அவர்கள் அமைதியாகவும், ஒழுங்காகவும் அமர்ந்திருந்தபோதிலும், இருபது நிமிடங்களைத் தாண்டியும் காத்திருப்பதன் காரணமாகச் சற்றுக் கடுப்பாகியிருந்தனர். அவர்கள் புகைத்துக்கொண்டிருந்த நீண்ட சுருட்டுகளின் புகையே அவர்களின் கண்களில் எரிச்சலூட்டியது.

மற்றவர்களிலிருந்து மாறுபட்டவர்களாய் தங்களைக் காட்டிக் கொள்ளும் எண்ணத்தில், சில உருவங்கள் மட்டும் நிலைக்கண் ணாடி முன் நின்று தங்கள் டையைச் சரிசெய்துகொண்டிருந்தன. அந்தச் சிறிய வரவேற்பறையில் தங்கள் வசதிகளை விஸ்தார மாக்கிக்கொண்டனர். பல்லாடியோ (Palladio) என்ற நிபுணர் கட்டடக்கலை பற்றிய தன்னுடைய நான்கு புத்தகங்களில் ஏதோ

ஒன்றில் எங்கோ ஓர் இடத்தில் வரவேற்பறையைப் பற்றிய தோராய வரையறை ஒன்றைத் தந்துள்ளார். அதில் வரவேற்பறை என்பது விருந்தோம்பலுக்கான இடம்; நமது வாழ்க்கையின் வேடிக்கை கேளிக்கைகள் அரங்கேறும் மேடை என்று கூறுவார். இத்தாலி நாட்டில் அவர் கட்டிய கோதி மலிவெர்னி என்ற புகழ்பெற்ற தோட்ட மாளிகையில், ஆடைகளற்ற கிரேக்க கடவுள்கள் அவர் களைப் போன்ற மற்ற கடவுள்களுடன் ஓடிப்பிடித்து விளையாடும் ஓவியங்கள் கொண்ட ஒலெம்ப் அறை என்ற ஒரு அறை உள்ளது. அந்த அறையிலிருந்து ஒரு சிறுவனும் ஒரு வேலைக்காரனும் ஒரு கதவு வழியே வெளியேறுவது போல் தத்ரூபமாக வரையப்பட்ட ஓவியம் உள்ள வீனஸ் என்ற மற்றோரு அறைக்கும் இடையே ஒரு வரவேற்பறை உள்ளது. அந்த வரவேற்பறைக்கு வந்தால் நுழைவுவாயிலின் மேலே புடைப்புச் சிற்பமாக வடிக்கப்பட்ட எழுத்துகளில் “எங்களை தீயவைகளில் இருந்து விடுவி” என்று பொறிக்கப்பட்டிருக்கும். ஆனால், இப்போது நமது அதிபர் மாளிகையில் வரவேற்பு விழா நடத்துகொண்டிருக்கும் இடத்தில் அப்படி ஒரு வாசகத்தைத் தேடினாலும் கிடைக்காது. ஏனென்றால் அன்றைய நிகழ்வுகளில் அப்படி எதுவும் கிடையாது.

அந்த உயரமான அறையின் உட்கூரையின் கீழ் சில மணித் துளிகள் மௌனமாக உருண்டோடின. சில புன்னகைகள் பரி மாறின, சில தோல்பைகள் திறந்து மூடப்பட்டன. ஷாக்ட் அவ்வப் போது தனது மெல்லிய மூக்குக் கண்ணாடியை ஒரு கையால் சற்றுத் தூக்கி மறுகையால் தனது மூக்கைச் சொறிந்துகொண்டு, தன் நாக்கைச் சிறிது வெளியே நீட்டி கீழ்உதட்டை ஈரமாக்கிக் கொண்டார். மூக்குக் கண்ணாடிகளுக்குப் பின் இறாலின் கண் களைப் போல சிறுத்திருந்த தங்களின் விழிகளைக் கதவின் மேல் பதித்தபடி நம்முடைய விருந்தினர்கள் பொறுமையுடன் அமர்ந் திருந்தனர். பல தொண்டைகளின் செருமல்களுக்கிடையே சில குரல்கள் கிசுகிசு என்று பேச்சுகளைப் பரிமாறிக்கொண்டன. ஒரு கைக்குட்டை விரிக்கப்பட்டு அதில் ஒரு ஜோடி நாசிகள் சத்தம் அதிகமின்றிப் பிளிறின. பின்னர் தங்களைத் தயார்படுத்திக் கொண்டு, கூட்டம் தொடங்குவதற்காகக் காத்திருந்தனர். அத்தகைய கூட்டங்கள் அவர்களுக்கு ஒன்றும் புதிதல்ல. அவர்கள் அனை வருமே நிர்வாகம் மற்றும் மேலாண்மை ஆலோசனைகள்

வழங்குவதில் வித்தகர்கள். ஒவ்வொருவரும் ஏதோ ஒரு முதலாளி களின் கூட்டமைப்பில் உறுப்பினர்கள். அதனால் இதைபோல் எத்தனையோ கூட்டங்களைக் கண்டவர்கள் அவர்கள். சலிப்புத் தட்டும் கஞ்சர்களான இந்த மாமனிதர்கள் தங்களுக்குள்ளேயே நடத்திக்கொள்ளும் வஞ்சகம் நிறைந்த வர்த்தகக் கூட்டங்களை அதில் சேர்க்கவில்லை.

முதல்வரிசையில் அமர்ந்துகொண்டு குஸ்தாவ் க்ரூப் தன் சிவந்த முகத்தைத் தன்னுடைய உறையணிந்த கைகளால் துடைத்தார். அவர் தொடர்ச்சியாகத் தனது கைக்குட்டையில் உறுமி அதை ஈரப் பதம் குறையாமல் காத்தார், அன்றைக்கு அவருக்கு ஜலதோஷம். வயதின் காரணமாக அவரின் மெல்லிய உதடுகள் வளைந்து ஒரு பிறை நிலாவாக மாறியிருந்தது. ஆனால், அந்த பிறை நிலா தலைகீழாகச் சகிக்க முடியாததாய் இருந்தது. மனச்சோர்வுடனும் சோகத்துடனும் இருந்த அவர், மனதில் ஏதோ கணக்குகளைப் போட்டுக்கொண்டு யோசனைகளில் மூழ்கி குழம்பி இருந்தார். அதனால் தானோ என்னவோ தனது ஒருகையில் அணிந்திருந்த தங்க மோதிரத்தை மறுகையின் விரல்களால் இடைவிடாது இயந்திரத்தனமாகச் சுழற்றிக்கொண்டிருந்தார். அவரைப் பொறுத்த வரை ஒன்றோடு ஒன்று பக்குவமாகக் கோர்க்கப்பட்டு அங்கு உச்சரிக்கப்படும் வார்த்தைகள் அனைத்திற்கும் ஒரே அர்த்தம்தான்.

திடீரென கதவுகள் இருந்த பக்கத்தில் இருந்து க்ரீச் க்ரீச் என்று சத்தம் வந்தது, அதைத் தொடர்ந்து மரத்தாலான தரையில் பதித்த காலடிகள் நறநற என்றும் சத்தங்கள் எழுப்பின. அவர்கள் இருந்த அறைக்கு முன்னதாக இருந்த அறையிலிருந்து பேச்சுக் குரல்கள் கேட்டன. உள்ளே இருந்த இருபத்துநான்கு கழுதைகளும் தங்களுடைய பின்னங்கால்களை வெடுக்கென்று இழுத்து எழுந்து விறைப்பாக நின்றன. ஜால்மர் ஷாக்ட் பயத்தில் வாயிலிருந்த உமிழ்நீரைத் தொண்டைக் குழிக்குள் விழுங்கினார், குஸ்தாவ் தன் ஒற்றைக் கண் கண்ணாடியைச் சரிசெய்துகொண்டார். தானாக மூடும் கதவுகளுக்குப் பின்னாலிருந்து புரியாத பேச்சுக் குரல்கள் அரைகுறையாகக் கேட்டன, அதை தொடர்ந்து ஒரு விசில் சத்தமும் வந்தது. கடைசியாக ரெயிஷ்டாகின் அதிபர் புன்னகையுடன் அறைக்குள் நுழைந்தார். அப்படி வந்து நின்றது ஹெர்மான்

கோரிங். ஆனால், அதைப் பார்த்து அங்கே யாரும் அதிர்ச்சியோ ஆச்சரியமோ அடையவேயில்லை. மாறாக ஏதோ எதிர்பார்த்த ஒரு வழக்கமான நிகழ்வைப் போலவே அங்கு நடப்பதை அனைவரும் சாதாரணமாகப் பார்த்தனர். அனைத்தும் வியாபாரமான உலகில் உண்மையில் போராடுபவர்களுக்கென்று கொடுக்கப்படும் முக்கியத் துவம் நகத்தின் நுனி அளவுகூட இல்லை. அரசியலும் வர்த்தகமும் ஒன்றை ஒன்று சந்தித்துக்கொள்வது என்பது ஒன்றும் புதிதல்லவே.

கோரிங் மேசையைச் சுற்றி அமர்ந்திருந்த ஒவ்வொருவரிடமும் சுருக்கமாக நலம் விசாரித்தபடி அவர்களின் கைகளை மகிழ்ச்சி யுடன் பிடித்துக் குலுக்கினார். ஆனால், அவர்களை மகிழ்வுடன் வரவேற்பதற்காக மட்டும் ரெயிஷ்டாகின் தலைவர் அங்கு வர வில்லை. வந்தவர்களை வரவேற்று சில வார்த்தைகளை முணு முணுத்துவிட்டு சட்டென்று விஷயத்திற்கு வந்தார். மார்ச் மாதம் 5ஆம் தேதி வரவிருக்கும் தேர்தலைப் பற்றி பேசத் தொடங்கினார். அந்த இருபத்துநான்கு ஸ்பின்ஸ் (sphinx) சிலைகளும் கவனத்துடன் அவர் சொல்வதைக் கேட்டன. வரவிருக்கும் தேர்தல் பிரச்சாரம் பல மாற்றங்களைத் தீர்மானிக்கக்கூடியதாக இருக்கும் என்று அவர் அறிவித்தார். நிலையற்ற ஆட்சிக்கு ஒரு முற்றுப் புள்ளி வைத்தே ஆக வேண்டும். தேசத்தின் பொருளாதார வளர்ச்சிக்கு நாட்டில் அமைதியும், ஆட்சியில் உறுதியும் அவசியம் என்றார். சொல்லி வைத்தாற்போல் ஒரே மாதிரியாக அந்த இருபத்துநான்கு கனவான் களும் தலையசைத்தனர். சரவிளக்கில் எரிந்துகொண்டிருந்த மின் சார தீபங்கள் விட்டுவிட்டு எரிந்தன. உட்கூரையில் வரையப் பட்டிருந்த பெரிய சூரியன் முன்பைவிட இன்னமும் பிரகாசமாய் தெரிந்தான். நாசிக் கட்சி பெரும்பான்மையைப் பெற்றுவிட்டால்... தொடர்ந்தார் கோரிங், அடுத்து வரவிருக்கும் பத்து ஆண்டுகளுக்கு, ஏன் நூறு ஆண்டுகளுக்குக்கூட இதுவே கடைசி தேர்தலாக இருக்கும் என்று நகைத்தபடியே சொன்னார்.

அவர் சொல்லியதை ஆமோதிப்பதுபோல் அசைந்த சில தலைகளின் அசைவு ஒரு அலைபோல அறையெங்கும் வட்ட மாக சுற்றி வந்தது. அதேசமயத்தில், கதவுகள் திறந்துமூடும் சத்தம் கேட்க, அதைத் தொடர்ந்து புதிய அதிபர் அறையினுள் நுழைந்தார். அமைதியாகப் புன்னகையுடன் காணப்பட்ட ஹிட்லரை அது வரை பார்த்திராதவர்கள் ஆவலுடன் பார்த்தனர்.

பொதுவாக, மக்களிடையே பரவியிருந்த எதிர்மறையான விமர்சனங்களுக்கு மாறாக, ஹிட்லர் நட்புடனும், அன்புடனும் சொல்லப் போனால் எதிபார்த்ததைவிட மேலும் அன்பாகப் பழகியது ஆச்சரியத்தை ஏற்படுத்தியது.

ஹிட்லர் தனித்தனியாக ஒவ்வொருவரிடமும் இறுக்கமாகக் கையைப் பற்றி குலுக்கித் தன் நன்றியைத் தெரிவித்த பிறகு, ஒவ்வொருவரும் தங்களைத் தாங்களே அறிமுகம் செய்துவிட்டு அவரவர் இருக்கையில் சௌகரியமாக அமர்ந்தனர். முதல் வரிசையில் அமர்ந்திருந்த க்ரூப் பதற்றம் நிறைந்த விரல்களால் தன் மெல்லிய மீசையின் ரோமங்களைப் பிடித்து இழுத்துக் கொண்டிருந்தார். அவரை ஒட்டியபடி பின்புறத்தில் அமர்ந்திருந்த IG Farben கம்பெனியின் இரண்டு தலைமை நிர்வாகிகள், வோன் ஃபின்க் (Von Fink), காண்ட்த் (Quandt) மற்றும் சிலர் தயங்கித்தயங்கி கால்மேல் கால் போட்டனர். அப்போது யாரோ வாய்க்குள்ளேயே அடக்க முற்பட்ட ஒரு இருமலும் அதைத் தொடர்ந்து ஒரு பேனா மூடி கீழே விழும் சத்தமும் கேட்க அந்த இடம் அமைதி பூண்டது.

அனைவரும் கவனத்துடன் கேட்டனர். சொல்ல வந்த அறிக்கையின் அடிநாதம் என்னவென்றால் வலிமையற்ற ஆட்சியைத் தகர்த்து, கம்யூனிசத்தின் அச்சுறுத்தலை அகற்றி, தொழிற்சங்கங்களைத் தகர்த்தெறிந்து ஒவ்வொரு தொழில் அதிபரையும் ஒரு சர்வாதிகாரத் தலைவனாக இயங்க அனுமதிப்பதே ஆகும். ஹிட்லரின் அரை மணிநேரப் பேச்சு முடிவுக்கு வந்த பின்பு, குஸ்தாவ் எழுந்து ஒரு அடி முன் வந்து அங்கு குழுமியிருந்த அனைவரின் சார்பிலும், அரசியல் சூழலைத் தெளிவாக்கியமைக்காக, ஹிட்லருக்கு நன்றி கூறினார். மீண்டும் அனைவரிடமும் விடைபெற்றுக் கொண்டு அதிபர் அங்கிருந்து கிளம்ப, அதுவரை அவரை வாழ்த்தியும், அவரை ஆதரிப்பதாகவும் தங்களைக் காட்டிக்கொண்டிருந்த மூத்த தொழிலதிபர்கள் நிம்மதி பெருமூச்சு விட்டனர். ஹிட்லர் அறையைவிட்டு சென்ற மாத்திரத்தில், கோரிங் பேச ஆரம்பித்தார், சில கருத்துகளை முன்வைத்த பிறகு, மார்ச் ஐந்தாம் தேதி வரவிருக்கும் தேர்தலைப் பற்றி நினைவு கூர்ந்தார். மேலும் முன்னேற முடியாத முட்டுச் சந்தில் சிக்கித் தவித்த அவர்களுக்கு அந்தத் தேர்தல் மட்டுமே ஒரு மாற்று வழியாகத் தெரிந்தது. தேர்தல் பிரச்சாரத்தை நடத்த பணம்

அவசியம்; நாசிக்கட்சி நிதியில் ஒரு சல்லிக் காசு கூட இல்லை, தேர்தல் பிரச்சாரத்தைத் தொடங்குவதற்கான நாள் நெருங்கிக் கொண்டிருந்தது. அப்போதுதான் ஜால்மர் ஷாக்ட் சட்டென்று எழுந்து நின்று, கூடியிருந்தவர்களைப் பார்த்து புன்னகைத்தபடி உரத்த குரலில் சொன்னார்: "கனவான்களே இப்போது கட்டணத் தைச் செலுத்துங்கள்" என்று.

அந்த ஆணை கேட்பதற்கு இங்கிதமில்லாதது போல தோன்றி னாலும், அங்கிருந்தவர்களுக்கு அது பழகிப்போன ஒன்றுதான். லஞ்சம், மேசைக்குக் கீழே நடக்கும் பரிவர்த்தனைகள், இவை யெல்லாம் அவர்களுக்குப் புதிதொன்றும் கிடையாது. பெரிய தொழில் நிறுவனங்களின் வரவு செலவு திட்டங்கள் தீர்மானிக்கப் படும்போது, செலவுப்பட்டியலில் ஊழலுக்கு என்று ஒரு நிதி ஒதுக்கப்பட வேண்டியது கட்டாயமாகிறது. அதற்கு மேலோட்ட மாக ஆதரவு திரட்டுதல், அன்பளிப்புகள், கட்சி நன்கொடை என பல தலைப்புகள் கொடுக்கப்படலாம். அழைக்கப்பட்டவர்களில் பெரும்பாலானோர் பல லட்சங்களில் மார்க்குகளை (ஜெர்மனியின் செலவாணி) அள்ளி இறைத்தனர், குஸ்தாவ் க்ரூப் பத்து லட்சம் கொடுத்தார், ஜார்ஜ் வோன் ஷ்னிட்ஸ்ளெர் நான்கு லட்சம் கொடுத்தார். கடைசியாக ஒரு தடித்த ரொக்கம் அறுவடை செய்யப் பட்டது. 1933 பிப்ரவரி 20ஆம் தேதி நடைபெற்ற இந்தக் கூட்டம், தொழிலதிபர்களின் வரலாற்றில் ஒரு தனிச் சிறப்பு வாய்ந்த தருணம் என்பதை உணரலாம். நாசிக்களுடன் ஏற்பட்ட இந்த வியக்கத்தக்க இணைவு க்ரூப், ஓப்பல் மற்றும் சைமன்ஸ் குடும்பத்தார்க்கு வியாபார வாழ்க்கையின் ஒரு மிகச் சாதாரண அத்தியாயம்தான். ஒரு இயல்பான நிதி திரட்டல்தான். ஏனெனில், ஆட்சிமாறினாலும் இவர்கள் அனைவரும் மாறப்போவதில்லை. எதிர்காலத்தில் இன்னும் பல கட்சிகளுக்கு, அந்தக் கட்சிகளின் செயலாற்றும் திறனைப் பொறுத்து, நிதியுதவி வழங்குவர்.

ஆனால், அந்த பிப்ரவரி 20ஆம் தேதி அன்று நடந்த கூட்டத்தைப் பற்றி நன்கு அறிய வேண்டுமெனில், அதைப் பற்றிய ஓர் ஆழ்ந்த புரிதல் வேண்டுமெனில், அங்கு குழுமியிருந்த மனிதர்களை அவர்களின் உண்மையான பெயரால் அழைத்தால்தான் அது முடியும். அங்கு பிப்ரவரி 20ஆம் தேதி 1933இல் ரெய்ஸ்ட்டாக்

அதிபரின் மாளிகையில் கூடியிருந்தது கூந்தர் காண்ட்த்தோ, வில்ஹெல்ம் வோன் ஒப்பெல்லோ, குஸ்தாவ் க்ரூப்போ, ஆகஸ்ட் வோன் ஃபின்க்கோ அல்ல. அவர்களை அவர்களின் இயற்பெயர் களால்தான் அடையாளம் காண இயலும். ஏனென்றால் கூந்தர் காண்ட்த் என்பது ஒரு மறைபெயர். அந்த மறைபெயருக்குப் பின்னால் இருப்பது தன் மீசையைத் தடவிக்கொண்டு அமைதியாக மேசை அருகில் அமர்ந்திருக்கும் ஒரு சாதாரண பருமனான மனிதன் மட்டும் அல்ல. அவனுக்குப் பின்னால் மிக அருகிலேயே அச்சமூட்டும் மிகப் பெரிய நிழலுருவம் ஒன்று நிற்கிறது, அவனை ஓர் அரண்போல் பாதுகாக்கும் அந்த உருவம் ஒரு கடினமான உணர்வுகளற்ற அசைக்கமுடியாத கற்ச்சிலையைப் போல் இருந்தது. தன் மொத்த சக்தியால் உயர்ந்து ஓங்கி கம்பீரமாக காண்ட்த்தின் உருவத்தையே மறைக்கும்படி நிற்கிறது. காண்ட்த்திற்கு ஒரு கடினமான முகத்திரையை அந்த உருவம் அணிவித்திருந்தது. அந்த முகத்திரை அவருடைய தோலோடு தோலாகக் கச்சிதமாக ஒட்டி அவரின் சொந்த முகத்தைவிட நன்கு பொருத்தமாய் இருந்தது. அவரின் தலைக்குப் பின்னால் உயர்ந்திருப்பது யார்? என்ன? என்பது இப்போது உங்களுக்குப் புரிந்திருக்கும்: Accumulatoren - Fabrik, AG என்ற மின்கல நிறுவனம்தான் அந்த உருவம், எதிர் காலத்தில் Varta என்று அதன் பெயர் மாறும், நாம் அனைவரும் நன்றாக அறிந்த பெயர்கள்தான் இவை. கார்ப்பரேஷன் நிறு வனங்கள் பல அவதாரங்கள் எடுப்பவை. புராதன காலத்தில் கடவுள்கள் பல உருவங்களில் அவதரித்து பின்னர் காலப்போக்கில் மற்ற கடவுள்களையும் தன்னுடன் இணைத்துக்கொண்டதுபோல் தான் இதுவும்.

இதுதான் அந்த கனவானின் உண்மைப் பெயர். அந்தப் பெயர் அவர்களின் அழியாப் பூர்வீகம் மட்டும் அல்ல, அவர்கள் அமர்ந் திருக்கும் ஆசனமும் அதுதான். கூந்தர் என்பவர் உங்களையும் என்னையும் போன்று வெறும் சதையும் எலும்பும் கொண்ட ஒரு சிறு பிண்டம்தான். அவருக்குப் பின் அவரின் பிள்ளைகள், அவர் பிள்ளைகளின் பிள்ளைகள் என அனைவரும் அந்த ஆசனத்தில் அமர்வார்கள். ஆனால், அந்தப் பிண்டங்கள் அனைத்தும் ஒருநாள் அழுகி மண்ணோடு மண்ணாகும் போது அந்த ஆசனம் மட்டும் அழியாமல் அப்படியே கம்பீரமாக நிற்கும். இதே மாதிரிதான்

அந்த இருபத்துநான்கு பேரின் பெயர்கள் ஷ்னிட்ஸ்ளெரோ (Schnitzler), விட்ஸ்ல்பென்னோ (Witzleben), ஷ்மிட்டோ (Schmitt), ஃபின்க்கோ (Finck), ரோஸ்டர்கோ (Rosterg), ஹெபெல்லோ (Heubel) அல்ல. அந்தப் பெயர்கள் அவர்களின் பிறப்புச் சான்றிதழ்களில் நம்மை நம்பவைக்க பயன்படுத்தப்பட்டவை மட்டுமே. அவர்களை BASF, Bayer, Afga, Opel, IG Farben, Siemens, Allianz, Telefunken, என்ற பெயர்களில்தான் அழைக்க வேண்டும். நாம் அவர்களை நன்கு அறிவோம், இங்கேதான் நம்மிடையே, நமக்கு அருகிலேயே இருக்கிறார்கள். நமது கார்களாய், வாஷிங் மெஷினாய், பொழுதுபோக்கு சாதனங்களாய், நம்மை எழுப்பும் ரேடியோ கடிகாரமாய், வீட்டின் காப்பீட்டுத் திட்டங்களாய், நமது கடிகாரத்தின் பேட்டரிகளாய் என பொருட்களின் ரூபத்தில் எங்கும் நிறைந்து இருக்கிறார்கள். நம்முடைய அன்றாட வாழ்க்கைகூட அவர்களுக்குச் சொந்தமானதுதான். நமக்கு சிகிச்சை அளித்து, நம்மை உடை உடுத்த செய்து, நம்மை ஒரு இடத்தில் இருந்து இன்னொரு இடத்திற்கு அவர்கள் போட்ட சாலைகளில் செல்ல வைத்து, நம்மை தாலாட்டுபவர்கள் இவர்கள். அந்த பிப்ரவரி இருபதாம் தேதி அன்று ரெய்ஸ்ட்டாக் அதிபரின் மாளிகையில் உள்ள அந்த இருபத்துநான்கு மனிதர்களும் வெறும் பிரதிநிதிகள் தான், பெரும் தொழில் நிறுவனங்களின் மதகுருக்கள், பரம பிதாவின் பாதிரிகள். அவர்கள் நரகத்தின் வாயிலில் நகராமல் நிற்கும் இருபத்துநான்கு கணக்கீட்டு எந்திரங்கள்.

மரியாதை நிமித்தமான ஒரு சந்திப்பு

ஒரு தெளிவற்ற மனதின் சலனம் நம்மை செயல்திறன் அற்றவர்களாகவும், அச்சம் ஆட்கொண்டவர்களாகவும் எதிரிகளிடம் நம்மை சரணடைய வைத்துவிட்டது. அந்த கணத்தில் இருந்துதான், நமது வரலாற்று நூல்கள் பீதியூட்டும் நிகழ்வுகளையே நமக்கு மீண்டும் மீண்டும் உரைக்கின்றன. அதற்கு அறிவாற்றலும் வேகமும் கூட ஒத்துழைத்திருக்கலாம். இவ்வாறாக வங்கிகள் மற்றும் தொழில் நிறுவனங்களின் மதகுருக்களைத் தங்களின் பக்கம் மாற்றிய பிறகு, எதிர்கட்சிகளை மௌனத்தில் அடைத்த பிறகு, ஆட்சிக்கு எதிரிகள் என்று மிச்சமிருப்பது வெளிநாட்டு சக்திகள் மட்டுமே. கொஞ்சம்கொஞ்சமாக பிரான்ஸிடமும் இங்கிலாந்திடமும் ஜெர்மனியின் உறவாடும் தொனி மாறியது. தன் பலத்தைக் காட்டி அச்சுறுத்துவதும், பின்னர் பரிவாகப் பேசுவதும் என்று மாறிமாறி நடந்துகொண்டது. அப்படித்தான் 1937ஆம் ஆண்டு நவம்பரில், ஜெர்மனியின் அந்த இரண்டு மனோபாவங்களுக்கு இடைப்பட்ட ஒரு சமயத்தில், சார் (Sarre) பகுதியை ஜெர்மனியுடன் இணைக்க போராட்டம் நடத்தப்பட்ட பிறகும், ரெஹனானியில் (Rehanie) ராணுவத்தை அதிகரித்த பிறகும், குயிர்னிக்காவில் (Guernica) கோந்தோர் (Condor) படை குண்டு மழை பொழிந்த பிறகும், இங்கிலாந்தின் துணை அதிபர் ஹாலிஃபாக்ஸ் (Halifax) தனிப்பட்ட முறையில் ஜெர்மனிக்கு சென்றார். அவரை ஜெர்மனிக்கு வரச் சொல்லி அழைத்திருந்தது அன்றைய ஜெர்மனியின் விமானத் துறை அமைச்சரும், லுஃப்த்வாஃப் (luftewaffe) எனப்படும் சிறப்பு விமானப்படை தளபதியும், வனவளம் மற்றும் வேட்டை துறையின் அமைச்சரும், ரெய்ஸ்ட்டாகின் அதிபரும் - Gestapo என்று அழைக்கப்படும் ஜெர்மனியின் இரகசியக் காவல் துறையை நிறுவியவருமான ஹெர்மான் கோரிங் (Hermann Goering) தான். ஒரே மனிதருக்கு இத்தனை பதவிகளா! இருந்தாலும் இதையெல்லாம் பார்த்து ஹாலிஃபாக்ஸ் முகம் சுளிக்கவில்லை. அளவுக்கு அதிகமான

உற்சாகமும், யூதர்களின் மேல் வெறுப்பும், தன் உடுப்பில் குத்தப் பட்டிருந்த எண்ணிக்கையில் அடங்கா விசித்திரமான பதக்கங் களையும் கொண்டிருந்த ஹெர்மான் கோரிங் ஏனோ ஹாலிஃபாக்ஸை வியப்படையச் செய்யவே இல்லை. தன் திட்டத்தை மறைக்கும் ஒரு மனிதனால் ஹாலிஃபாக்ஸ் ஏமாற்றப்பட்டார் என்று நம்மால் சொல்லவும் முடியாது. ஹெர்மான் கோரிங் அணிந்திருந்த பகட் டான ஆங்கில உடையும், பட்டியலிட்டால் நீண்டு கொண்டே செல்லும் அவருடைய பட்டப்பெயர்களும், கற்பனையை மிஞ்சும் மர்மம் நிறைந்த பேச்சும், வயிறு நன்றாக முன் தள்ளிய உருவமும். என்ன ஆச்சரியமூட்டுகிறதா? ஆம் நாம் முன்பு பார்த்த அந்த பிப்ரவரி இருபதில் இருந்து காலத்தில் வெகுதொலைவில் வந்து விட்டோம். நாசிக்கள் தங்களது கட்டுப்பாடுகள் நிறைந்த வாழ்க்கை முறையைத் தளர்த்துவிட்டிருந்த காலம் அது; கூட்டாக வேட்டையாடி, கூட்டமாகப் பாட்டு பாடி, ஒன்றாக உணவருந்தி மகிழ்ந்தனர்; ஒருகாலத்தில் ஹெர்மான் கோரிங் அன்பையும் கருணையையும் வெளிக்காட்டுவதில் வள்ளல். அது மட்டும் இல் லாமல் நடிகராக வேண்டும் என்று கனவு கண்டவர். ஒருவிதத்தில் பார்த்தால் இப்போதும் கூட நடித்துக்கொண்டுதான் இருக்கிறார், ஹாலிஃபாக்ஸின் தோள்களைத் தொட்டார், வயதான அவரை கேலி செய்தார், நகைச்சுவையாகப் பேசுகிறேன் பேர்வழி என்று இரட்டை அர்த்தத்தில் எதையோ அவரின் முகத்தில் அடித்தாற் போல் சொல்ல, அதை ஒரு பாலியல் தூண்டுதல் போல் உணர்ந்த ஹாலிஃபாக்ஸ் சற்று அதிர்ந்துகூடப் போனார்.

நமது மதிப்பிற்குரிய ஆங்கில விருந்தாளி அங்கிருந்து திரும்பிய போது தன்னுடைய சால்வையில் பனிக்காற்றை எடுத்துச் சென்றாரா அல்லது சேற்றை எடுத்துச் சென்றாரா என்றுதான் நமக்கு தெரியவில்லை.

இருப்பினும் லார்ட் ஹாலிஃபாக்ஸ் (Lord Halifax) மற்ற இருபத்து நான்கு கனவான்களைப் போலவே கோரிங்கைப் பற்றி அறிந்தவ ராகத்தான் இருந்திருக்க வேண்டும். கோரிங்கின் கடந்தகாலத்தைப் பற்றி கண்டிப்பாக அவருக்கு நன்றாகவே தெரிந்திருக்கும். கோரிங் அரசியல் அதிகாரத்தை அதிரடியாகக் கைப்பற்றிய புட்ஷிஸ்ட (putschist) கூட்டத்தைச் சேர்ந்தவர் என்பதையும், ஆடம்பர சீருடை அணிபவர் என்பதையும், மோர்ஃபின் உட்கொள்ளும் பழக்க

முடையவர் என்பதையும், அவர் சுவீடனில் சிறையில் அடைக்கப் பட்டிருந்தவர் என்பதையும், மனம் பேதலித்தவர் என்பதையும், வன்முறையும், மன அழுத்தமும் நிறைந்தவர் என்பதையும், தற்கொலை எண்ணமுடையவர் என்பதையும் ஹாலிஃபாக்ஸ் அறிந்திடாமலில்லை. இருந்தாலும் அவர் விமானத் துறையைத் துவங்கி வைத்தவர் என்பதும், முதலாம் உலகப்போரின்போது ஒரு விமானப் படை வீரராக இருந்து பாராசூட்டுகளை ராணுவப் பிரிவில் அறிமுகப்படுத்தியர் என்பதும், ஒரு தேர்ந்த ராணுவ வீரர் என்பதுமான பல காரணங்களால் கோரிங்கின் மற்ற குறைகள் ஹாலிஃபாக்ஸின் கண்களின் முன் மறைந்தன. ஹாலிஃபாக்ஸ் ஒன்றும் தெரியாத அப்பாவியோ, சிறுவனோ அல்ல. எல்லாம் தெரிந்ததால் தானோ என்னவோ காட்டெருமைகள் நிறைந்த விலங்கியல் பூங்காவில் கோரிங்குடன் கால்நடையாகச் சென்ற போது எந்த ஆர்வமும் காட்டாமல் இருந்தார். அவர்கள் இரு வரும் நடந்துசெல்லும் காணொளிகூட உள்ளது. கோரிங் கொடூர மான புன்னகையுடன் மற்றவர்களுக்கு வாழ்க்கையை அனுபவித்து வாழ்வது எப்படி என்று பாடம் எடுப்பதையும், தன்னுடைய தொப்பியில் பார்ப்பதற்கே விநோதமாக, ஒரு பறவை இறகை செருகி இருப்பதையும், விசித்திரமான காலர்களைக் கொண்ட மேலங்கியையும், சகிக்க முடியாத அந்த டையையும் (Tie) ஹாலிஃபாக்ஸ் கவனிக்காமல் இல்லை. ஒருவேளை ஹாலிஃபாக்ஸும் அவரது தந்தையைப் போலவே வேட்டையை விரும்புபவராக இருக்கலாம், அதனால் தானோ என்னவோ ஷோர்ஃபெய்ட் (Schorfheide) வனப்பகுதியில் இருந்தது அவருக்கு ஆனந்தத்தை அளித்திருக்கக்கூடும். இருப்பினும் கோரிங்கின் தோலினால் செய்த மேலாடையும், இடுப்பில் இருந்த கைக்கத்தியும் ஹாலிஃபாக்ஸின் கண்களில் படாமல் இல்லை.

கோரிங்கின் வஞ்சகம் நிறைந்த ஜாடை பேச்சையும், காதுகளைக் கூசச் செய்யும் நகைச்சுவைகளையும் அவர் கேட்காமல் இல்லை. கோரிங் வித்தைகாட்டுபவனை போல் வேடமிட்டு அம்பெறிவதை அவர் பார்த்து லயித்திருக்கக் கூடும், வீட்டு விலங்குகளாக மாற்றப் பட்ட காட்டு விலங்குகளைப் பார்த்திருக்கக்கூடும், சிங்கக்குட்டி ஒன்று தனது எஜமானனின் முகத்தை நாவால் நக்குவதைப் பார்த் திருக்கக்கூடும். இவை அனைத்தையும் பார்க்காமல் இருந்திருந்தால்

கூட, அவர் கோரிங்குடன் செலவழித்த கால் மணிநேரத்தில், கோரிங்கின் வீட்டின் அடித்தளத்தில், குழந்தைகளுக்காக அமைக் கப்பட்டிருந்த சிறு புகைவண்டியைப் பற்றியும், தண்டவாளங் களைப் பற்றியும் பேசுவதைக் கேட்டிருப்பார். அவர்களின் அபாய கரமான பல கிறுக்கு பேச்சுகளையும் கேட்டிருப்பார். ஹாலிஃபாக்ஸ் என்ற அந்தப் பழுத்த நரி கோரிங்கின் ஆர்ப்பாட்டமான 'தான்' என்ற அகங்காரத்தையும் பார்த்திருக்க வேண்டும். அதோடு கோரிங் தனது மேற்கூரையற்ற காரை ஓட்டும்போது தனது இரண்டு கைகளையும் ஸ்டேரிங்கில் இருந்து எடுத்து மேலே காற்றில் தூக்கியபடி கத்துவதையும் கண்டிப்பாகப் பார்த்திருக்க வேண்டும். ஆம், அந்தப் பருத்த மிருதுவான முகத்தின் ஆழத்தில் இருந்த குரூரத்தின் ஜாலத்தைக் கண்டிப்பாகக் கவனித்திருக்க வேண்டும். பின்னர் அவர் ஃபியூரரை (fürer) சென்று சந்தித்தார். அங்கேயும் அவர் ஒன்றையும் கவனிக்கவில்லை போலும். les reseves d'Edenஐ மறந்து, ஆஸ்திரிய மற்றும் செக்கோஸ்லோவோக்கியாவின் பகுதி களை ஜெர்மனி உரிமை கொண்டாடுவது சட்டத்திற்குப் புறம் பானது அல்ல, மேலும் அதில் இங்கிலாந்தின் ராணிக்கு எந்த ஆட்சேபனையும் இல்லை என ஹிட்லரின் காதில் விழும்படி சொல்லும் அளவிற்கே சென்றுவிட்டார் ஹாலிஃபாக்ஸ். ஆனால், அவை அனைத்தும் அமைதியான முறையில் நடைபெற வேண்டும் என்பதே தங்களின் விருப்பம் என்றும் கூறினார். ஹாலிஃபாக்ஸ் ஒன்றும் வீறுகொண்டு எழும் ஒரு வீரனல்ல. அவர் உண்மையில் யார் என்பதைக் கடைசியாக ஒரு சம்பவம் தெளிவாகக் காட்டி விடும். கழுகின் கூடு என்று அழைக்கப்படும் ஹிட்லரின் உல்லாச அரண் அமைந்திருக்கும் பேர்ச்ட்ஸ் கார்டனில் (Berchtesgaden) அவர் காரில் கொண்டு சென்று இறக்கிவிடபட்ட போது. அவர் இறங்கும் தறுவாயில் காரின் அருகில் ஒரு நிழலுருவம் நெருங்கி வருவதைக் கண்டார். அந்த உருவம் தன்னை வெளிவாசலில் இருந்து மாளிகைக்குள் அழைத்துச் செல்ல வந்திருக்கும் பணியாள னாகத்தான் இருக்கக்கூடும் என்று எண்ணிய காரணத்தால், காரின் கதவு திறந்த மாத்திரத்தில் தன்னுடைய கனமான மேல் அங்கியைக் கழற்றி அவர் பணியாளன் என்று நினைத்த அந்த உருவத்தின் கைகளில் ஒப்படைக்க முனைந்தார். ஆனால், சட்டென்று வோன் நுரத்தோ (von Neurath) அல்லது இன்னொரு பணியாளனோ

இருவரில் ஒருவர் அவரின் காதருகே சென்று எச்சரிக்கும் குரலில் 'வந்திருப்பது ஃபியூரர்' என்று கூற, லார்ட் ஹாலிஃபாக்ஸ் சற்றே நிமிர்ந்து பார்த்த நிமிடத்தில் தன் எதிரே நிற்பது ஹிட்லர் என்பதை உணர்ந்தார். ஆம் ஒரு பணியாளன் என்று அவர் நினைத்தது ஹிட்லரைத்தான். அதன் பிறகு தொங்கபோட்ட தன் தலையை அவர் மீண்டும் நிமிர்த்தவேயில்லை என்பதை fullness of the days என்ற தன்னுடைய நினைவுகுறிப்பு புத்தகத்தில் அவரே கூறியிருப்பார்: முதலில் அவர் கால்சட்டை அணிந்திருந்த உடலின் கீழ்ப்பாதியை மட்டும், பின்னர் இன்னமும் கீழே அந்தக் கால்கள் அணிந்திருந்த பூட்சுகளை மட்டுமே பார்த்ததாகவும் தன் நினைவுச்சரிதையில் குறிப்பிடுவார், அவரின் எழுத்துகளைப் படிப்பவர் சிரிக்க வேண்டும் என்பதற்காக அவர் அப்படிச் சொல்லியிருக்கலாம். ஆனால், அது எனக்கு வேடிக்கையாகத் தென்படவில்லை. ஆங்கிலேய ராஜ வம்சாவளியைச் சேர்ந்த ஒருவர், காதிருந்தும் செவிடாகவும், தலையிருந்தும் முண்டமாகவும், பட்டியில் அடைக்கப்பட்ட கால் நடைகளைப் போன்ற தன் முன்னோர்களின் பின் தலை நிமிர்ந்து பெருமையுடன் நிற்கும் ஓர் அரசுத்தூதுவர் அப்படி இருப்பதைக் கண்டு எனக்குச் சிரிப்பு வரவில்லை.

இவருடைய பாட்டனாரான மரியாதைக்குரிய உயர் குடிமகன் முதலாம் ஹாலிஃபாக்ஸ், பொருளாதார அமைச்சர் பதவியில் இருந்தபோது அயர்லாந்து மக்களுக்கு உதவ தீர்க்கமாக மறுத்த வரல்லவா? அதனால் பட்டினியால் லட்சக்கணக்கான அயர்லாந்து மக்கள் இறந்தனர். மதிப்பிற்குரிய இரண்டாம் ஹாலிஃபாக்ஸ், இந்த ஹாலிஃபாக்ஸின் தந்தை, அரசனின் அறை பணியாளனாக இருந்தவர், பேய்கதைகள் பலவற்றைச் சேகரித்து வைத்திருந்தவர், அவரின் இறப்புக்குப் பின் அவருடைய அமானுஷ்ய மகன்களில் ஒருவர் அந்தக் கதைகளைப் பிரசுரித்தார். மற்றவர்களின் பின்புறம் மறைந்து கொள்வது என்பது உண்மையிலேயே சாத்தியமானதா? எக்குத்தப்பாக எழுதுவது என்பது ஹாலிஃபாக்ஸுகளின் சகாப் தத்தில் புதிதல்ல. ஆதலால் ஹாலிஃபாக்ஸின் கூற்றுகள் யாவும் வயதான காதுகேளாத கிழவனால் சொல்லப்பட்ட தவறான செய்தி ஒன்றும் அல்ல. மாறாக அது ஒரு சமூக ரீதியிலான மெத்தனப் போக்கு, உணர்வற்ற சவம் போல் இருக்க முடிவு செய்வது. மற்றபடி தன் கருத்துகளை வெளியே சொல்லுவது என்று வந்து

விட்டால் ஹாலிஃபாக்ஸ் ஒரு ஓட்டை வாய்தான். ஹிட்லருடன் தன்னுடைய சந்திப்பைப் பற்றி பால்டுவிண்ணுக்கு (Baldwin) அவர் எழுதிய கடிதத்தில்: "தேசியவாதமும் இனவெறியும் வலிமையான சக்திகள், என்னைப் பொறுத்தவரை அவை இரண்டுமே இயற்கைக்கு மாறானதோ அல்லது ஒழுக்கக்கேடானதோ அல்ல; அத்தோடு, இந்த மனிதர்கள் உண்மையிலேயே கம்யூனிஸ்ட்டுகளை வெறுப்பவர்கள் என்று என்னால் சொல்ல முடியாது. நான் உங்களுக்கு ஒன்றை மட்டும் உறுதியாகச் சொல்ல முடியும், அவர்களின் இடத்தில் நாம் இருந்திருந்தால் இதே உணர்வுகள் தான் நம்முள்ளும் இருந்திருக்கும்" என்று எழுதியுள்ளார். நாம் இன்று திருப்திப்படுத்தும் அரசியல் என்று எதை அழைக்கிறோமோ அதன் முதல் கட்ட பரிணாமம் இதுதான்.

அச்சுறுத்தல்கள்

அவை வெறும் மரியாதை நிமித்தமான சந்திப்புகள்தான். ஆயினும், அமைதிப் பேச்சுக்காக ஹாலிஃபாக்ஸ் ஜெர்மனியர்களைச் சந்தித்த தினத்திற்கு ஏறத்தாழ பத்து பன்னிரண்டு நாட்களுக்கு முன்பே, நவம்பர் ஐந்தாம் தேதியில் ஐரோப்பாவின் ஒரு பகுதியை ராணுவவலிமையுடன் ஆக்கிரமிக்க ஹிட்லர் தீட்டிய திட்டம் பற்றி ஹிட்லராலேயே ஜெர்மனிய போர்த் தளபதிகளுக்கு எடுத்துரைக்கப்பட்டது. முதலில் ஆஸ்திரியாவையும் பின்னர் செக்கோஸ்லோவேகியாவையும் ஆக்கிரமிப்பு செய்வதுதான் அந்தத் திட்டம். ஜெர்மனியில் ஜனத்தொகை அதிகமாகி இட நெருக்கடி ஏற்பட்டுவிட்டதாலோ என்னவோ, ஆசைகளின் ஆழம் தொட இயலாத ஒன்று என்பதாலோ என்னவோ, மனித எண்ணங்கள் எப்போதும் தொலைந்துபோன தொடுவானங்களையே தேடும் என்பதாலோ என்னவோ, சர்வாதிகார வெறியும் சித்தபிரம்மையும் இரண்டறக்கலந்து விளையாடும் சறுக்கு விளையாட்டிற்கு மறுப்பு சொல்வதென்பது கடினம் என்பதாலோ என்னவோ இவை எல்லாம் நடந்தது.

ஹெர்டரின் (Herder) பிதற்றல்களுக்குப் பிறகு, பீட்ச் (Fichte) ஜெர்மனியர்களின் இலட்சியம் பற்றி பேசியதிலிருந்து, அந்த மக்கள் கூட்டத்தின் சிந்தனைகளை ஹீகள் (Hegel) கொண்டாடிய காலத்திலிருந்து, அனைத்து ஜெர்மனிய மனங்களும் ஒரே பாதையில் செல்ல வேண்டுமென்று ஷெல்லிங் (Schelling) கனவு கண்டத்திலிருந்து, ஒரு மனிதனின் தனிப்பட்ட இடம் என்ற கருத்து புதிதான ஒன்று கிடையாது. ஆமாம் ஹாலிஃபாக்ஸுக்கும் ஹிட்லருக்கும் இடையேயான அந்தச் சந்திப்பு இரகசியமாய் காக்கப்பட்டது. ஆனால், ஹாலிஃபாக்ஸ் ஜெர்மனிக்குச் செல்வதற்கு முன்பாக பெர்லினில் நிலவரம் எப்படி இருந்திருக்கக் கூடும் என்று ஊகிப்பது எளிதுதான். அதுமட்டுமல்ல, நவம்பர் எட்டாம் தேதியன்று, சரியாக ஹாலிஃபாக்ஸின் வருகைக்கு ஒன்பது நாட்களுக்கு முன், நாசிக்களின் கொள்கை பரப்புச் செயலாளரான கோயபெல்ஸ்

(Goebbels) "நித்திய யூதன்" (The Eternal Jew) என்ற தலைப்புடன் ஒரு பிரம்மாண்டமான கலைகண்காட்சி ஒன்றை முனிக் நகரத்தில் திறப்பு விழா செய்து தொடங்கிவைத்தார். இதுதான் கதையின் பின்புலம். நாசிகளின் திட்டங்களும், அவர்களின் கொடூர எண் ணங்களும் அனைவரும் ஏற்கெனவே அறிந்திருந்த ஒன்றே. 1933ஆம் ஆண்டு, பிப்ரவரி 27இல் ரெய்ஸ்ட்டாக் தீ விபத்து நடந்தது, டாச்சோ (Dachau) என்ற யூத கைதிகளுக்கான முகாம் திறக்கப்பட்டது, அதே ஆண்டில், மன நோயாளிகளுக்கு மரண தண்டனை வழங்கப்பட்டது, மீண்டும் அதே ஆண்டில், "நீண்ட கத்திகளின் இரவு" அரங்கேறியது, அதை அடுத்த ஆண்டில் ஜெர் மனிய இரத்தைத்தையும் ஜெர்மனிய மதிப்பையும் பாதுகாக்கும் சட்டம் நிறைவேற்றப்பட்டது, உடல் அமைப்பையும் அங்க அம்சங் களையும் கொண்டு இனரீதியாக மக்கள்தொகை கணக்கெடுப்பு எடுக்கப்பட்டது; இவை அனைத்தும் சொல்லிப் புரிய வேண்டிய அளவிற்கு மேலாகவே இருந்தது.

அதே நேரத்தில், இப்போது ஆஸ்திரியாவை நோக்கி திரும்பியது ஜெர்மானியப் பேரரசின் கவனம். அங்கே தனது நாலரை அடி உயர உடலுடன் அதிகார ஆணவத்தின் உச்சத்தில் இருந்த அதிபர் டால்ஃபஸ் (Dollfuss) ஆஸ்திரிய நாசிகளால் படுகொலை செய்யப் பட்டார். 1934 இல் இருந்து, அவருக்கு அடுத்தபடியாகப் பதவி யேற்ற ஷுஷ்நிக் (Schuschnigg), டால்ஃபஸ்ஸைப் போன்றே தனது சர்வாதிகார அரசியலைத் தொடர்ந்தார். ஜெர்மனி அப்போது பல ஆண்டுகளாய் சர்வதேச உறவுகளில் தனது நயவஞ்சக நாடகத்தை நடத்தியிருந்தது. தாக்குதல்களும், மிரட்டல்களும் மற்றும் தூண்டு தல்களும் கலந்த கலவையான நாடகம் அது. கடைசியாக ஹாலிஃபாக்ஸின் சந்திப்பிற்குப்பின் மூன்று மாதங்களுக்குப் பிறகு, ஹிட்லரின் குரல் ஓங்கி மிரட்டியது.

அந்தக் குட்டி ஆஸ்திரிய சர்வாதிகாரி ஷுஷ்நிக் பவேரியா விற்கு (Bavaria) வருமாறு ஆணை இடப்பட்டார். மறைமுக அரசியலுக்கான காலம் முடிந்து விட்டதால் நேரடி சர்வாதிகாரத் திற்கான சமயம் இது. 1938ஆம் ஆண்டு பிப்ரவரி 12இல் ஷுஷ்நிக் அடால்ஃப் ஹிட்லரைச் சந்திப்பதற்காக பெர்ச்டேஸ்காடன் (Berchtesgaden) நகரத்திற்கு வந்தார். பனிச்சறுக்கு விளையாட்டு வீரனைப் போல் மாறுவேடத்தில் இரயில் நிலையத்தில் வந்து இறங்கினார். பனிச்சறுக்கு விளையாட்டிற்காக விடுமுறையில்

வந்திருப்பதுதான் அவரைக் குற்றமற்றவனாகக் காட்டும் வேற்றிட வாதம் (alibi). இரயில் வண்டியில் அவருடைய விளையாட்டு உபகரணங்களை ஏற்றிக்கொண்டிருந்த போது ஆஸ்திரிய தலை நகரமான வியன்னாவில் விழாக் கொண்டாட்டங்கள் உச்சத்தைத் தொட்டுக்கொண்டிருந்தன. ஆம்! கார்னிவல் (carnival) என்று அழைக்கப்படும் மாறுவேடங்களின் விழா அது. இவ்வாறாக வரலாற்றில் மிக அழகான நாட்களும், அழிவுகரமான சந்திப்பு களும் ஒரே சமயங்களில் சம்பவித்தன. இசைக்குழுக்களும், நடனங்களும், வாண வேடிக்கைகளும் என வியன்னாவில் கோலாகலத்திற்குக் குறைவில்லை. ஜோஹன்ஸ்ட்ரஸ்ஸின் (Johan Strauss) நூற்று ஐம்பது நடன இசைகளில் ஒன்றிற்கு ஆஸ்திரிய மக்கள் ஆடிக்கொண்டிருந்தனர். இனிப்புகள் மாமழை போல் வாரி இறைக்கப்பட அதன் நடுவில் மிக நேர்த்தியாகவும், வசீகரிப்ப தாகவும் இருந்தது அந்த நடனம். வியன்னாவின் கார்னிவல் பண்டிகை வெனிஸ் (Venice) மற்றும் ரியோ (Rio) நகரங்களில் நடைபெறும் கார்னிவல் பண்டிகைகளை போல் பிரசித்தி பெற்றது அல்ல. அங்கு பிரம்மிப்பூட்டும் மாறுவேடங்கள் இல்லை, வியன்னாவாசிகள் வெறிபிடித்தவர்கள் போல் ஆடுவதும் இல்லை. தொடர்ச்சியாக நடைபெறும் நேர்த்தியான பால் (Ball Dance) நடனங்களைத் தவிர வேறு ஒன்றும் வியன்னாவில் இல்லை. இருப்பினும் அது ஒரு மிகப்பெரிய பண்டிகை. அந்த கத்தோலிக்க தேசத்தின் அமைப்புகளும், கார்பரேட் உரிமையாளர்களும் கேளிக்கைகளை ஏற்பாடு செய்திருந்தனர். இவ்வாறாக, ஆஸ்திரியா துடித்துக்கொண்டு இருக்கும் வேளையில் அதன் அதிபர் பனிச் சறுக்கு விளையாட்டு வீரனாக வேடமணிந்து இரவோடு இரவாக ஒரு சாத்தியமற்ற பயணத்தில் செல்ல ஆஸ்திரியர்கள் கொண் டாட்டத்தில் மூழ்கியிருந்தனர்.

அடுத்த நாள் காலை சால்ஸபூர்க் (Salzbourg) இரயில் நிலை யத்தில், ஈக்கள் போல் வந்திறங்கிய ஒரு சில காவல் அதிகாரிகளின் முன்னிலையில். குளிர்ந்த ஈரப்பதமான வானிலையில் ஷுஷ்நிக்கை ஏற்றிக்கொண்டு சென்ற கார் விமான திடலை ஒட்டியபடி சென்று தேசிய நெடுஞ்சாலையை அடைந்தது. கறுத்த பெரிய வானம் ஷுஷ்நிக்கை சிந்தனைக்குள் ஆழ்த்தியது. அவரது மயக்கம் வண்டியின் தாலாட்டுக்கு இசைந்தபடி, வெளியில் தூவிக்கொண் டிருந்த பனி படிகங்களுடன் இரண்டறக்கலந்தது. ஒவ்வொருவரின்

தனிப்பட்ட வாழ்க்கையும் துக்கமானது, தனிமையானது; அனைத்துப் பாதைகளும் துயரம் நிறைந்தது. வண்டி நாட்டின் எல்லையை நெருங்கியது, சட்டென்று ஷுஷ்நிக்கின் மனதை ஒரு கவலை ஆட்கொண்டது. நிஜத்தின் விளிம்பில் நின்றுகொண்டிருப்பதைப்போல் உணர்ந்தார். அவரது வண்டியை ஓட்டுபவனின் தலையை உற்று நோக்கினார்.

நாட்டின் எல்லைப் பகுதியில், அவரை வரவேற்பதற்காக வோன் பாப்பேன் (von Papen) வந்திருந்தான். அவனுடைய நீண்ட நயமான முகம் அதிபரை அசுவாசப்படுத்தியது. அவர் காரில் ஏற முற்படும் போது, கலந்துரையாடலில் மூன்று ஜெர்மனிய போர் தளபதிகள் பங்கேற்பார்கள் என்று அறிவித்தான். "அதில் உங்களுக்கு ஒன்றும் ஆட்சேபனை இல்லையே?" என்று ஒன்றும் தெரியாதவன் போல் அவரிடம் வினவினான் வோன் பாப்பேன். அநாகரிகமான அச்சுறுத்தல் அது. மிகக் கொடூரமான தந்திரங்கள் நம்மை சில நேரங்களில் வேறு வழியற்றவர்களாக மாற்றிவிடுகிறது. அத்தகைய தருணங்களில் நாம் எதையும் சொல்ல துணிவதில்லை. நம்முடைய ஆழ்மனதில், மிக பணிவான, தயக்கமான ஏதோ ஒன்று பதிலளிக்கிறது. அது நாம் சொல்ல நினைப்பதற்கு நேர்மாறான ஒன்றைச் சொல்கிறது. அவ்வாறே ஷுஷ்நிக் எந்தவித எதிர்ப்பையும் தெரிவிக்கவில்லை. ஒன்றுமே நடக்காதது போல் கார் தனது பயணத்தைத் தொடர்ந்தது. காரில் பயணித்தபடி அவர் தனது உயிரற்ற கண்களுடன் சாலை ஓரத்தைப் பார்த்துக்கொண்டிருந்தபோது ஓர் இராணுவ ட்ரக் அவர்களைக் கடந்துசென்றது. அதை தொடர்ந்தபடி இரண்டு புல்லெட் புரூப் ss கார்களும் சென்றன. ஆஸ்திரிய அதிபர் வெளிப்படுத்த முடியாத மனஅழுத்தத்திற்கு ஆளானார்.

அவர் எப்படி இந்தக் குளவிக்கூட்டிற்குள் வந்து சிக்கினார்? அந்த வண்டி மெதுவாக பெர்ச்டேஸ்காடன் (Berchtesgaden) மலைப் பகுதியை நோக்கி நகர்ந்தது. ஷுஷ்நிக் மலையின் உச்சிகளைக் கூர்ந்து பார்த்தவாறு தன்னை இயல்பாகக் காட்டிக்கொள்ள முயற்சித்தார். அவர் அமைதியுடன் இருக்க, வோன் பாப்பேனும் ஒரு வார்த்தை கூட பேசவில்லை. கார் ஹிட்லரின் உல்லாச மளிகை இருக்கும் இடமான பெர்கோஃப்பை (Berghof) வந்தடைந்தது, அதன் கதவுகள் திறந்து மூடப்பட்டன. ஷுஷ்நிக் ஒரு கொடூரமான வலைக்குள் சிக்கிக்கொண்டதை உணர்ந்தார்.

பெர்கோஃப் நேர்முகசந்திப்பு

காலை பதினோரு மணி இருக்கும். மரியாதை நிமித்தமாகச் செய்யப்படும் வழக்கமான சாங்கிய சம்பிரதாயங்களை முடித்த கையோடு, ஆஸ்திரியாவின் அதிபருக்குப் பின்னால் இருந்த அடால்ஃப் ஹிட்லரின் அலுவல் அறைக் கதவுகள் மூடப்பட்டன. அப்போதுதான் இதுவரை யாரும் கனவிலும் கற்பனை செய்ய முடியாத அந்தக் கூத்து அரங்கேறியது. அதற்கு ஒரே ஒரு சாட்சி மட்டும் உண்டு என்று சொன்னால் அது கர்ட் வோன் ஷுஷ்நிக் (Kurt von Schuschnigg) மட்டுமே.

அவருடைய நினைவுக்குறிப்புகளில், தாங்கமுடியாத வேதனை நிறைந்த "ஆஸ்திரியாவிற்கு ஊதப்படும் சங்கு" (Austiran Requiem) என்ற தலைப்பு கொண்ட ஒரு அத்தியாயத்தில், பெயருக்காக அவருக்கு வழங்கப்பட்ட, ஆனால் மிகப் பெரிய உபசாரம் போல் சித்தரிக்கப்பட்ட ஒரு கப் காபியைப் பற்றி பேசிவிட்டு, பெர்கோப் மாளிகையின் ஒரு ஜன்னலிலிருந்து அவருடைய விவரணை தொடர்கிறது. ஹிட்லரின் சொல்லுக்கு இணங்கி ஆஸ்திரிய அதிபர் ஒரு நாற்காலியில் அமர்கிறார், கால்மேல் கால் போட்டு, பின்னர் மீண்டும் தன் கால்கள் இரண்டையும் கீழே விட்டு, அதிக அசௌகரியத்துடன் எந்த உணர்வும் இன்றி தெம்பற்றவர் போல் உணர்ந்தார். சற்று முன்னர் காரில் வரும்போது இருந்த அதே மன அழுத்தம். அறையின் மேற்கூரையிலிருந்து தொங்கிக்கொண்டும், அவர் அமர்ந்திருந்த ஆசனத்தின் அடியில் ஒளிந்துகொண்டும் மேலே கீழே என இரண்டு பக்களிலிருந்தும் அவரை அழுத்தியது. என்ன சொல்வது என்று புரியாமல், தன் முகத்தை ஜன்னலின் பக்கம் திருப்பி அதன் வழியாகத் தெரிந்த காட்சியை வியந்து பாராட்டினார்; பின்னர் அந்த அலுவல் அறையில் இடம்பெறும் முக்கிய நேர்முகச் சந்திப்புகளைப் பற்றி ஆவலுடன் பேசினார். அப்போது ஹிட்லர் சட்டென்று அவர் வாயை அடைத்து; "ஜன்னல்

வழியாகத் தெரியும் காட்சியைப் பாராட்டவோ, வானிலை அறிக்கையைப் பற்றிப் பேசவோ நாம் இங்கு சந்திக்கவில்லை" என்று கூற. ஷுஷ்நிக் உறைந்துபோனார். சரியாகப் பேச இயலாமல், வாய் குளறியபடி, நிலைமையைச் சமாளிக்க 1936இல் கையொப்பமிடப்பட்ட ஆஸ்திரிய-ஜெர்மனி ஒப்பந்தத்தைப் பற்றி ஹிட்லருக்கு நினைவூட்டினார். ஆனால், அவர் அங்கு வந்திருப்பது சிறிய குழப்பங்களைச் சரிசெய்ய அல்ல. மாறாக எப்படியாவது நிலைமை கைமீறிச் செல்லாமல் பார்த்துக்கொள்ள. அதீத விரக்தியில் தண்ணீரில் தத்தளிப்பவன் உயிர்காப்பு மிதவையைப் பற்றிக் கொள்வதுபோல நல்லதே நடக்கும் என்ற நம்பிக்கையை பற்றிக் கொண்டிருந்தார் ஷுஷ்நிக். கடந்த சில ஆண்டுகளாக ஜெர்மனிக்கு சாதகமான, ஏன் முற்றிலும் சாதகமான அரசியலைக் கையாளுவதாக ஹிட்லரிடம் எடுத்துக் கூறினார்.

இந்த வார்த்தைகளுக்காகவே காத்திருந்த அடால்ஃப் ஹிட்லரிடமிருந்து "அப்படியா! அதை ஜெர்மனிக்கு சாதகமான அரசியல் என்றா சொல்வீர்கள் ஷுஷ்நிக் அவர்களே? ஜெர்மனிக்கு சாதகமான அரசியலைத் தவிர்ப்பதற்கு என்னவெல்லாம் செய்ய வேண்டுமோ அவை அனைத்தையும் செய்தீர்கள்!" என்ற பதில் உறுமலுடன் வந்தது. ஒரு கையாலாகாத விளக்கம் ஒன்றை ஷுஷ்நிக் முன்வைத்த உடனே தலை சூடேறி கோபத்தின் உச்சத்தில் இருந்த ஹிட்லரின் வாயிலிருந்து "மொத்தத்தில் ஆஸ்திரியா ஒருமுறை கூட ரெய்ச் அரசாங்கத்திற்குத் தேவையான எந்த ஒன்றையும் செய்த தில்லை. தொடர்ச்சியாக எங்களுக்கு நீங்கள் இழைத்த துரோகங்கள் தான் உங்களின் சரித்திரம்" என்ற பதில் ஒரு கத்தலாய் வெளிவந்தது.

அடுத்த சில கணங்களில் ஷுஷ்நிக்கின் உள்ளங்கைகள் வியர்வையால் ஈரமாயின. அவர் நின்றுகொண்டிருந்த அந்த அறை அவருக்கு மிகப் பெரியதாகி ஒரு விஸ்வரூபமாய் தெரிந்தது.

ஆயினும் அங்கு அனைத்தும் அவருக்கு அமைதியின் மறு உருவமாய் புலப்பட்டது. இருக்கைகள் சகிக்க முடியாத இழிவான துணிகளால் அலங்கரிக்கப்பட்டிருந்தன. நாற்காலிகளிலிருந்த சிறிய திண்டுகள் அதீத மென்மையுடன் இருந்தன. அலங்கார விளக்குகளும் அசிங்கமாகத் தெரிந்தன. திடீரென்று ஷுஷ்நிக் தனியாக வெட்டவெளியில் குளிரில் பரந்த வானின் கீழ் உறையவைக்கும்

புல்வெளியில் மலைகளைப் பார்த்தபடி நின்றுகொண்டிருந்தார். ஜன்னல்கள் அகன்று மிகப் பெரியதாகியிருந்தன. ஹிட்லரின் வெளிர்ந்த கண்கள் அவரை உற்றுநோக்கின. ஷுஷ்நிக் மீண்டும் தன் கால்களில் ஒன்றை மற்றொன்றின் மீது போட்டுக்கொண்டு தன் மூக்குக்கண்ணாடியைச் சரிசெய்துகொண்டார்.

இப்போதைக்கு அவர் ஹிட்லரால், 'நீங்கள்' என்றுதான் மரியாதையுடன், அழைக்கப்பட்டார். ஷுஷ்நிக்கும் பதறாமல் சிதறாமல், "அதிபர் அவர்களே" என்று ஹிட்லரை அழைத்தார். அவரை வேண்டுமென்றே உதாசீனப்படுத்தி நிர்பந்தத்திற்குள்ளாக்குவதே ஹிட்லரின் நோக்கமாக இருந்தது, ஜெர்மனிக்குச் சாதகமான அரசியலை நடத்துவதாகப் பெருமையுடன் பிதற்றி, தன் பக்க நியாயத்தை எடுத்துச்சொல்ல முயன்றார் ஷுஷ்நிக். கடைசியாக இப்போது ஜெர்மனியின் அதிபர் ஆஸ்திரிய தேசத்தையே அவமதித்தார். வரலாற்றில் ஜெர்மனிக்கு ஆஸ்திரியாவால் கிடைத்த ஆதாயம் பூஜ்யத்திற்குச் சமம் என்று கத்திப் பேசும் அளவுக்கு முற்றிவிட்டது. ஷுஷ்நிக்கோ கோபப்பட்டு அத்துடன் பேச்சை முடித்துக்கொண்டு திரும்பாமல் பொறுமையுடனும் பெருந்தன்மையுடனும், ஒரு வரலாற்று ஆசிரியரின் கேள்விக்கு விடை சொல்ல முயலும் ஒரு ஒழுக்கமான மாணவனைப் போல சிரத்தையுடன் சரித்திரத்தில் ஆஸ்திரியாவின் பிரசித்தி பெற்ற பங்களிப்பு ஒன்றை முடிந்தவரை விரைவாகத் தன் நினைவுகளில் தேடினார். மாபெரும் சங்கடத்தில் சிக்கிக்கொண்டு கடந்த நூற்றாண்டுகளின் மூலை முடுக்குகளிலெல்லாம் சென்று தேடினார், ஆனால் அவருடைய ஞாபகத்தில் வெறுமைதான் மிஞ்சியது, உலக சரித்திரமே வெற்றிடமாய் மாறியது. அதில் ஆஸ்திரியா காலியாகத் தெரிந்தது. ஃபியூரரின் கண்கள் அவரை உற்று நோக்கிக்கொண்டிருந்தன. விரக்தியின் விளிம்பில் நின்றுகொண்டிருந்த காரணத்தாலோ என்னவோ? ஷுஷ்நிக் 'பீத்தோவன்' என்றார். ஏதாவது சொல்லியே ஆக வேண்டும் என்ற கட்டாயத்தில் சற்றும் யோசிக்காமல் அந்த நேரத்தில் அவர் வாயில் வந்ததெல்லாம் தனிமையில் வெறுப்பில் வாழ்ந்த செவிட்டுச் சிடுமூஞ்சி ஜனநாயகவாதி இசையமைப்பாளன் பீத்தோவன்தான். கடைசியாகத் தன்னைக் காப்பாற்றிக்கொள்ள சவக்குழியிலிருந்த, ஒரு குடிகாரனின் மகனும், சற்று மாநிறத்தோல் கொண்டவனுமான, பீதோவனைத் தோண்டி வெளியே இழுத்தார்

ஆஸ்திரிய அதிபர். நிறவெறியரும், ராஜ வம்சத்தைச் சேர்ந்தவரும், வாயில்லா பூச்சியுமான ஷுஷ்நிக் தன்னைக் காப்பாற்றிக்கொள்ள பீத்தோவனின் பெயரைச் சமாதான உடன்படிக்கைக்காக அசைத்து காட்டும் ஒரு வெள்ளை கைக்குட்டையைப் போல ஹிட்லரின் முகத்தின் முன்னே எடுத்து ஆட்டிக் காட்டினார். அய்யோ பாவம் ஷுஷ்நிக்! பயத்தைச் சமாளிக்க ஓர் இசைக்கலைஞனைத் தன் முன் ஒரு கேடயமாக நிறுத்தினார், ஓர் இராணுவப் படையினால் ஆக்கிரமிக்கப்படுவதன் அச்சுறுத்தலுக்கு எதிராக ஒன்பதாவது சிம்ஃபொனியை நிறுத்தினார். இரண்டு, மூன்று இசை வரிகளை வைத்துக்கொண்டு அது ஆஸ்திரியா உலக வரலாற்றிற்கு அளித்த கொடையென நிரூபிக்க முயற்சித்தார்.

"பீத்தோவன் ஆஸ்திரியாவைச் சேர்த்தவர் அல்ல, அவர் ஒரு ஜெர்மானியர்" என்று ஷுஷ்நிக்கின் முகத்தில் அடித்தாற்போல் உறுமியது ஹிட்லரின் குரல். அப்படியா! ஷுஷ்நிக்கின் அறிவுக்கு அந்த விஷயம் எட்டியிருக்க வாய்ப்பே இல்லை. பீத்தோவன் ஒரு ஜெர்மானியர் என்பது மறுக்க முடியாத உண்மை. போன் (Bonn) என்ற ஊரில்தான் பிறந்தார். உலக வரைபடத்தைப் புரட்டி புரட்டி எந்த கோணத்தில் பார்த்தாலும், சரித்திர ஏடுகளில் ஓடிஓடி எங்கு தேடினாலும் போன் நகரம் ஒருபோதும் ஆஸ்திரியாவிற்குச் சொந்தமானதாக இருந்ததில்லை. ஒருபோதும் இருந்ததேயில்லை! பாரிஸிலிருந்து போன் நகரம் எவ்வளவு தொலைவோ, அதே தொலைவுதான் ஆஸ்திரியாவிலிருந்தும். அதற்குப் பேசாமல் பீதோவனை ரூமேனியன் (Romanian) அல்லது உக்ரேனியன் (Ukrainian) என்று சொல்வதே மேல். குரேஷியன் (Croatian) என்றும் சொல்லியிருக்கலாம், அந்த வரிசையில் மார்செய்யை சேர்ந்தவன் (Marseillan) என்றுகூடச் சொல்லியிருக்கலாம். ஆஸ்திரிய தலை நகரான வியன்னாவிலிருந்து மார்செய் நகரம் வெகு தொலைவில் இல்லை.

"ஆமாம் பீத்தோவன் ஜெர்மனியில் பிறந்தது உண்மைதான்" என்று முணுமுணுத்தார் ஆஸ்திரிய அதிபர் ஷுஷ்நிக். மீண்டும் சட்டென்று "ஆனால் பீத்தோவன் ஆஸ்திரியாவின் தத்துப் புதல்வன்" என்றார். அந்தச் சந்திப்பு கண்டிப்பாக இரண்டு நாடு களின் தலைவர்களுக்கு இடையேயான ஒன்றே அல்ல.

நேரம் நகர மறுத்தது, நேர்முக சந்திப்பு ஒரு முடிவுக்கு வந்தது. ஒன்றாக உணவு அருந்த வேண்டிய கட்டாயம் வேறு ஏற்பட்டது. இருவரும் ஒன்றாக இணைந்தவாறு படிகளில் இறங்கி வந்தனர். உணவருந்தும் அறைக்குள் நுழைவதற்கு முன்னதாக பிஸ்மார்க்கின் (Bismarck) உருவப்படம் ஒன்றைப் பார்த்து அதிர்ந்தார் ஷுஷ்நிக். அந்தப் படத்தில் முன்னாள் ஜெர்மனிய அதிபரின் இடது கண்ணிமை சற்று மூடியபடியும், அதிருப்தியான இரக்கமற்ற பார்வையும், தோல் தொளதொளவென்றும் இருந்தது.

இருவரும் அறைக்குள் நுழைந்தனர், ஹிட்லர் மேசையின் நடு விலும், ஷுஷ்நிக் ஹிட்லருக்கு எதிராகவும் அமர்ந்தனர். விருந்து எந்தவிதப் பிரச்சினையும் இன்றி அருந்தப்பட்டது. ஹிட்லரின் நடத்தையில் ஒரு திடீர் மாற்றம் தென்பட்டது. அமைதியாகவும், அரட்டை அடித்தபடியும், விளையாட்டு போக்காய் பேச்சுவாக்கில் ஹம்பூர்கில் (Hambourg) உலகிலேயே மிகப் பெரிய பாலம் ஒன்றைக் கட்டப்போவதாகவும். பின்னர் மேலும், தன்னைக் கட்டுப்படுத்த இயலாமல், அங்கு உலகிலேயே மிகப் பெரிய கட்டடங்களைக் கட்டப்போவதாகவும். ஆதலால் அமெரிக்கர்கள் கூட தங்களைவிட மிகப் பெரிய மற்றும் மிகச் சிறந்த கட்டடங்கள் ஜெர்மனியில் கட்டப்படுகின்றன என வியப்பார்கள் என்றும் ஷுஷ்நிக்கிடம் ஹிட்லர் சொல்லி முடித்த பிறகு இருவரும் கூடத்திற்கு வந்தனர், அங்கு சில இளம் ss பாதுகாவலர்கள் அவர்களுக்கு காபி பரிமாறினர். கடைசியாக ஹிட்லர் அங்கிருந்து விடைபெற்றுக்கொள்ள, ஆஸ்திரியாவின் அதிபர் சட்டென்று ஒரு சாதாரண இராணுவக் காவல் வீரனைப் போல தனியாக நின்று கொண்டு சிகரெட் ஒன்றை ஊதினார்.

நம்மிடம் இப்போது இருக்கும் ஷுஷ்நிக்கின் புகைப்படங்கள் அவரின் இரண்டு முகங்களைக் காட்டுகின்றன: ஒரு முகம் கடுகடுவென்று விறைப்பாக, மற்றொன்று, தயக்கத்துடன், கட்டுப் பாடுடன், கனவுகாணும் முகம். ஒரு பிரசித்திபெற்ற புகைப் படத்தில், இறுகிய உதடுகளுடன், எங்கோ பார்த்தபடி, உடம்பில் தெம்பில்லாதது போல், தோல்வியுற்றவர் போல் தோன்றுவார். 1934இல் ஜெனீவாவிலிருந்த அவருடைய அப்பார்ட்மென்டில் அந்தப் புகைப்படம் எடுக்கப்பட்டது. அந்தப் புகைப்படத்தில்

ஷுஷ்நிக் நின்றுகொண்டிருக்கிறார், ஒருவேளை கவலையுடன் இருக்கலாம், அந்தத் தோற்றத்தில் ஏதோ ஒன்று சரியில்லை, அது விவரிக்க முடியாத ஒன்று. பார்ப்பதற்குக் கையில் ஏதோ ஒரு காகிதத்தாளைப் பிடித்திருப்பதுபோல தோன்றினாலும், புகைப்படம் தெளிவாக இல்லை, மற்றும் கறுப்பு கரை ஒன்று புகைப்படத்தின் கீழ்ப்பகுதியைத் தின்றுவிட்டது. நன்றாக உற்றுக் கவனித்தால் அவருடைய கையின் அருகே இருக்கும் கோட்டின் பாக்கெட்டுகளில் ஒன்றை வெளியே இழுத்துவிடப்பட்டது போல் தெரியும். பிறகு ஏதோ வித்தியாசமான ஒரு பொருள், அது ஒரு செடியாக இருக்கலாம், வலதுபுறத்தில் இருந்து புகைப்படத்தினுள் நுழைவதுபோல் உள்ளது. ஆனால், இந்தப் புகைப்படத்தை நான் விவரிப்பதுபோல் ஒருவரும் அதைக் கவனித்திருக்க முடியாது.

அந்தப் புகைப்படத்தைப் பார்க்கவேண்டுமென்றால், பிரான்ஸின் தேசிய நூலகத்திற்குச் செல்ல வேண்டும், குறிப்பாக ஆவணப் படங்களின் துறைக்குச் சென்று பார்க்க வேண்டும். நமக்குக் கிடைப்பதெல்லாம் ஓரங்கள் வெட்டப்பட்ட, சரிசெய்யப்பட்ட புகைப்படம்தான். அதனால்தான், புகைப்படங்களைப் பிரித்துத் தொகுத்து பாதுகாக்கும் பொறுப்பிலுள்ள ஒரு சில ஆவணக் காப்பாளர்களைத் தவிர வேறு எவருமே ஷுஷ்நிக்கின் கோட்டின் பாக்கெட் வெளிப்புறம் வந்திருப்பதை அந்தப் புகைப்படத்தில் கவனித்திருக்க வாய்ப்பில்லை. அதே போன்று ஒரு செடியோ என்னவோ என்று சரியாகத் தெரியாத வலது புறத்தில் இருக்கும் அந்த வித்தியாசமான பொருளையும், கடைசியாக அந்த காகிதத் தாளையும் யாரும் பார்த்திருக்க மாட்டார்கள். ஒரு முறை அந்தப் புகைப்படம் வெட்டப்பட்டு சீர்திருத்தப்பட்டுவிட்டால், அது பார்ப்பவர்களுக்கு வேறு மாதிரி தோன்றும். ஏதோ ஒரு அதிகாரப் பூர்வமாக அங்கீகரிக்கப்பட்ட கண்ணியமான படம்போல் தோன்றும். சில மில்லி மீட்டர் அளவு அழித்தால் போதும், உண்மையின் ஒரு பகுதியை அழித்ததுபோல் ஆகிவிடும், அதோடு ஆஸ்திரிய அதிபரும் மிக கடினமானவரைப்போல், ஒரிஜினல் படத்தில் இருப்பதைவிடக் கொஞ்சம் குறைவாக முட்டாள்போல் தோன்றுவார். அப்படி நமது பார்வையின் அளவைக் குறைப்பதன் மூலமும், தேவையற்ற சில குளறுபடிகளை அழிப்பதன் மூலமும், நமது கவனம் முழுவதுமாய் ஷுஷ்நிக்கின் மேல் இருக்கும்,

அவரும் முக்கியமானவராகத் தோன்றுவார். இதுதான் வரலாற்றை எடுத்துரைக்கும் கலை, அதில் யதார்த்தத்திற்கோ அப்பாவித் தனத்திற்கோ இடமேயில்லை.

ஆனால், நம் கதையில் இப்போது, பெர்கோஃப் மாளிகையில், ஷுஷ்நிக் கடினமான மனிதராகவோ அல்லது முக்கிமான மனித ராகவோ தோன்ற வாய்ப்பே இல்லை. இங்கு ஒரே ஒரு தோற்றம் தான் சாத்தியம், சமாதானத்திற்கு ஒரே ஒரு கலைதான் உண்டு, ஒருவர் நினைத்ததைப் பெற ஒரே ஒரு வழிதான் இருக்கிறது - அதுதான் பயம். ஆம் இங்கு பயம்தான் ஆட்சி செய்யும். கௌரவத்திற்கான தோற்றங்கள் வேலைக்காகாது, விறைப்பான கண்ணியமான முறைகள் காணாமல் போய்விட்டன. இங்கு அந்த அன்பிற்குரிய நாயகன் நடுங்குகிறார். அவரிடம் இப்படி ஒருவர் இதுவரை பேசியதேயில்லை/ஏசியதேயில்லை, அந்த அதிர்ச்சியி லிருந்த அவர் இன்னும் மீளவே இல்லை. அந்த உண்மையைப் பிற்பாடு அவருடைய ஆட்களில் ஒருவருக்கு அவரே சொல்லுவார். அவர் அவமானப்படுத்தப்பட்டதுபோல் உணர்ந்தார். இருந்தும் அவர் அங்கிருந்து செல்லவில்லை, எந்த வித அதிருப்தியையும் வெளிப்படுத்தவில்லை, சிகரெட்டிற்கு மேல் சிகெரெட்டாக ஊதித்தள்ளினார். மிக நீண்டதாக இரண்டு மணிநேரம் கடந்தது. பின்னர் மாலை நான்குமணி அளவில், ஷுஷ்நிக்கும் அவருடைய ஆலோசகரும் ரிபென்ட்ரோப் (Ribbentrop) மற்றும் வோன் பாப்பேனுடன் (von Papen) ஒரு அறையில் காத்திருக்குமாறு கட்டளையிடப்பட்டனர். இரண்டு நாடுகளுக்குமிடையேயான ஒரு புதிய உடன்படிக்கையின் சில வாசகங்கள் மட்டும் அவர் களுக்குக் காட்டப்பட்டன. இவை ஃபியூரெர் உங்களுக்காகத் தன்னால் இயன்றவரை செய்யும் ஆதாயங்கள் என்றனர். அப்படி என்னதான் அந்த உடன்படிக்கை வலியுறுத்தியது? முதலில், அந்த உடன்படிக்கை - ஒரு தெளிவற்ற பொதுப்படையான வாசகத்தில் - ஆஸ்திரியாவும் ரெய்ச் அரசாங்கமும் தங்களுக்குப் பொதுவான சர்வதேச பிரச்சினைகளைப் பற்றி கலந்து ஆலோசித்து முடி வெடுக்க வேண்டும் என்று கட்டாயப்படுத்தியது - அதற்கு பிறகு தான் சிக்கல் அதிகமாகிறது - அந்த உடன்படிக்கை தேசிய சோசிய லிசக் கொள்கைகளை ஆஸ்திரியா முழுமையாக அங்கீகரிக்க வேண்டும் என்றதோடு நிற்காமல் ஆஸ்திரியாவின் உள்துறை

அமைச்சராக செயிஸ்-இன்கார்ட் (Seyss-Inquart) என்ற ஒரு நாசியை மொத்த அதிகாரத்துடன் நியமிக்க வேண்டும் என்று வலியுறுத்தியது - அது ஒரு அத்துமீறிய தலையீடு. எனினும் அதோடு நிற்காமல், டாக்டர் ஃபிஷ்பாக் (Dr. Fishböck) என்ற நன்கு அறியப்பட்ட மற்றொரு நாசியையும் ஆஸ்திரியாவின் உயர் அரசுப் பதவியில் நியமிக்க வேண்டும் என்றது அந்த உடன்படிக்கை. அதன் பிறகு ஆஸ்திரியாவில் கைதுசெய்யப்பட்ட அனைத்து நாசிக்களுக்கும், கொடுங்குற்றம் புரிந்தவர்கள் உட்பட, பொதுமன்னிப்பு வழங்கி விடுவிக்க வேண்டும் என்றது. முன்பு பணி நீக்கம் செய்யப்பட்ட தேசிய சோசியலிச பார்ட்டியைச் சேர்ந்த அனைத்து அரசு பணியாளர்களுக்கும் அதிகாரிகளுக்கும் மீண்டும் பழைய அதிகார உரிமைகள் வழங்கப்பட வேண்டும் என்றது. மற்றும் உடனடியாக இரண்டு தேசங்களின் இராணுவப் படைகளிலிருந்து நூற்றுக்கும் மேற்பட்ட அதிகாரிகள் பரிமாற்றம் செய்யப்படவேண்டும் என்றது. அதைத் தொடர்ந்து க்ளாஸ்-ஹார்ஸ்டெனோ (Glaise - Horstenau) என்ற நாசியை ஆஸ்திரியப் போர்ப்படை மந்திரியாக நியமிக்க வேண்டும் என்றது. கடைசியாக மாபெரும் அடியாக/இடியாக, ஆஸ்திரிய கொள்கைப்பரப்பு அதிகாரிகளைப் பணிநீக்கம் செய்யுமாறு சொன்னது. இந்த அனைத்து நிபந்தனைகளும் எட்டு நாட்களுக்குள் நிறைவேற்றப்பட வேண்டும். இவை எல்லாவற்றிற்கும் கைமாறாக - சொல்லப்போனால் மிகப் பெரிய சலுகையாக - ஜெர்மனி ஆஸ்திரியாவின் சுதந்திரத்தை அங்கீகரிக்கும், 1936இல் ஜூலை மாதத்தில் கையொப்பமிடப்பட்ட ஒப்பந்தம் மதிக்கப்படும். உண்மையில் இந்த உடன்படிக்கையின்படி பார்த்தால் அந்த சுதந்திரத்தின் மீதான ஒப்பந்தம் இப்போது முற்றிலும் தலைகீழாக மாறியுள்ளது. இவை அனைத்தையும் சொன்ன பிறகு கடைசியாக ஒரு எதிர்பார்க்க முடியாத வாக்கியம். “ஜெர்மனி ஆஸ்திரிய உள்நாட்டு அரசியலில் தலையிடுவதை முற்றிலும் தவிர்க்கும்” என்றிருந்தது. அது கனவில்கூட நடக்காது என்பது அறிந்த விஷயமே.

அவர்கள் உடன்படிக்கையைப் பற்றி விவாதிக்க ஆரம்பித்தனர். ஜெர்மனியின் கண்டிப்பான கட்டுப்பாடுகளைச் சற்று தளர்க்க ஷுஷ்நிக் முயற்சி செய்தார். எல்லாவற்றிற்கும் மேலாக தன் கௌரவத்தைக் காப்பாற்றிக்கொள்ள முயற்சி செய்தார். சில்லறை விவரங்களை மாற்ற முயன்றனர். ஒரு குட்டையைச் சுற்றி

அமர்ந்திருந்த சில தவளைகளைப் போல ஒரே முகப்பாவனை களுடனும், ஒரே மாதிரியான சத்தங்களை எழுப்பியும் தொடர்ந்தது அவர்களின் கலந்துரையாடல். ஒரு கடினமான நீண்ட பேரத்திற்கு பிறகு ரிபென்ட்ரோப் மூன்று நிபந்தனைகளில் ஒப்புக்குச்சப்பான சில சிறிய மாற்றங்களைக் கொண்டுவர ஒப்புக்கொண்டார். அந்த நேரம் பார்த்து ஷுஷ்நிக்கை ஹிட்லர் அழைக்க அவர்களின் விவாதம் சட்டென்று எதிர்பாராத விதமாய் ஒரு முடிவுக்கு வந்தது.

ஹிட்லரின் அலுவல் அறை விளக்குகளின் ஒளியில் நிரம்பி வழிந்தது, அதில் ஹிட்லர் அங்கும் இங்கும் நடந்துகொண்டிருக்க மீண்டும் ஆஸ்திரிய அதிபர் ஒரு அசௌகரியத்தை உணர்ந்தார். அவர் உட்கார்ந்த மறுகணமே ஹிட்லரின் சீற்றத்தை எதிர்கொள்ள வேண்டியதாயிற்று. "கடைசிமுறையாக ஒரு உடன்படிக்கையை நிறைவேற்ற முயற்சிக்கிறேன். இதுதான் திட்டவரைவு, இதில் பேச்சுவார்த்தைக்கே இடமில்லை, அதுமட்டுமின்றி அதில் ஒரு புள்ளியைக்கூட மாற்ற மாட்டேன். ஒன்று இதில் கையொப்ப மிடுங்கள், இல்லையென்றால் நமக்குள் பேசுவதற்கு இனி ஏது மில்லை. இரவுக்குள் மேற்கொண்டு என்ன செய்ய வேண்டும் என்ற முடிவை நான் எடுப்பேன்." என்ற ஃபியூரரின் வார்த்தைகள் நெருப்புத் துண்டுகளாய் வந்து விழுந்தன.

ஒருபுறம் அவமானம், மறுபுறம் தயவு தாட்சண்யம். இந்த இரண்டிற்கும் நடுவில் அதிபர் ஷுஷ்நிக் தனது முடிவைச் சொல்ல வேண்டிய கட்டாயத்தில் இருந்தார். இந்தக் கீழ்த்தரமான கைங் கர்யத்திற்கு வளைந்து கொடுத்து ஹிட்லரின் அந்தக் கடைசி எச்சரிக்கையை ஏற்பாரா ஷுஷ்நிக்? மனித உடல் இன்பத்தை அடைய பயன்படுத்தப்படும் ஒரு கருவி. ஹிட்லரின் உடலோ தொடர்ந்து அதிர்ந்துக்கொண்டே இருந்தது. அது ஒரு இயந்திரத் தைப் போல் விறைப்பானது அதேநேரத்தில் உமிழ்நீரைப் போல் அனைத்து இடங்களிலும் நுழைந்து கிருமிகளையும் வியாதி களையும் பரப்பும் ஆற்றல் படைத்தது. ஹிட்லரின் உடல் மனிதர் களின் கனவுகளிலும், நினைவுகளிலும் புகுந்துள்ளது, காலத்தின் இருளிலும் சிறைச்சாலைகளின் சுவர்களிலும் ஒன்றென கலந்து நிற்கிறது, சித்திரவதை கட்டில்களில் கூட கொடி போல படர்ந் துள்ளது. எங்கெல்லாம் மனிதர்கள் தங்களின் கோர நினைவுகளை செதுக்கியுள்ளார்களோ அங்கெல்லாம் அந்த உடல் ஸ்தாபிக்கும்.

இவ்வாறாக, ஹிட்லர் ஷுஷ்நிக்கின் முகத்தில் தனது இறுதி முடிவுகளைக் கொண்ட ஒப்பந்தத்தை விட்டெறிந்தபோது, காலமும் நேரமும் சேர்ந்து நடத்திய அந்தக் கட்டுப்பாடற்ற விளையாட்டில், ஒரு கணம், ஒரே ஒரு கணம் உலகின் தலைவிதி குர்ட் வோன் ஸுஷ்நிக்கின் கைகளால் நிர்ணயிக்கப்பட இருந்தது என்று சொல்லலாம். அதே நேரத்தில் அங்கிருந்து சில நூறு மைல்களுக்கு அப்பால் லூயிஸ் சூடேர் என்ற ஓர் ஓவியன் பலெக் (Ballaigues) என்ற நகரத்தில் உள்ள மனநலமற்றோர் பாதுகாப்பகத்தில் தனது விரல்களையே தூரிகையாகக் கொண்டு காகிதமொன்றில் கறுப்பு நிறத்தில் மனிதர்கள் ஆடுவதைப்போல் வரைந்து கொண்டிருந்திருந்தார். கறுப்பு சூரியன் ஒன்று உதிக்கும் அந்த உலகின் தொடுவானத்தில் இருண்ட அகோர நிழல் பொம்மைகள் போன்ற உருவங்கள் ஆடுகின்றன. எலும்புக்கூடுகளைப் போலவும், பேய்களைப் போலவும் இருந்த அந்த உருவங்கள் எல்லா திசைகளிலும் ஓடி ஒளிகின்றன. பாவம் லூயிஸ் சூடேர் பதினைந்து ஆண்டுகளை அந்த மனநலமற்றோர் பாதுகாப்பகத்தில் கழித்து இருந்தார், பதினைந்து ஆண்டுகளாய் தன் மன உளைச்சல்களை சித்திரங்களாய் குப்பைக்கூடையிலிருந்து திருடிய பழைய துண்டு காகிதங்களிலும், உபயோகித்து தூக்கியெறியப்பட்ட தபால் உரைகளிலும் வரைந்து செலவழித்தார் அந்த மனிதர். ஐரோப்பாவின் தலையெழுத்து பெர்கோஃபில் முடிவுசெய்யப்பட்ட அந்தச் சமயத்தில், அவர் வரைந்த வளைந்த இரும்பு கம்பிகளைப் போன்ற அந்த இருண்ட உருவங்கள் ஒரு தீர்க்கதரிசனம் என்றுதான் சொல்ல வேண்டும்.

லூயிஸ் சூடேர் அவருடை சொந்த ஊரிலிருந்து வெகுதொலைவில், வேறு நாட்டில், உலகின் மறுமுனையில், வெகுநாட்களாக மிக மோசமான நிலையில் தங்கியிருந்த பின்பு சொந்த ஊர் திரும்பியிருந்தார். பின்னர் எப்படியோ உயிர் பிழைத்து வாழ்ந்தார் என்றுதான் சொல்லவேண்டும். சுற்றுலா காலங்களின் போது தேநீர் நடனத்திற்கு இசைக்கலைஞராக இருந்த அவரை அவருடைய புகழ் எங்குச் சென்றாலும் கூட்டங்களாய் பின்தொடர்ந்தது.

லூயிஸ் சூடேருடைய முகத்தில் எப்போதும் ஒரு ஆழ்ந்த சோகம் இழையோடியிருந்தது. ஒருநாள் அவரை வலுக்கட்டாயமாக

பலெக்கின் பாதுகாப்பகத்தில் அடைத்தார்கள். சில முறை அவர் அங்கிருந்து தப்பிச் சென்றார். அப்படித் தப்பிச் சென்ற அவரை மீண்டும் தேடி கண்டுபிடித்த போது குளிரில் எலும்பும் தோலு மாய், குற்றுயிரும் குலையுயிருமாகத்தான் இருந்தார். அப்படி இருந்த அவரைப் பாதுகாப்பகத்திற்கு மீண்டும் அழைத்து வரு வார்கள். மாடியிலிருந்து அவருடைய அறையில் ஓவியத்திற்கு மேல் ஓவியங்களாக வரைந்து அடுக்கிக்கொண்டே சென்றார். உருக்குலைந்த மெல்லிய கறுப்பு மனித உயிரினங்களைக் கொண்ட ஓவியங்கள் அவரது அறையில் ஒரு ராட்சத மலைபோல் குவிக்கப் பட்டிருந்தன. காடுமேடுகளில் அலைந்து திரிந்ததால் சோர்வடைந் திருந்த அவருடைய தேகமே அந்த ஓவியங்களில் உள்ள மனித உருவங்களைப் போல மிக மெல்லியதாகத்தான் இருந்தது. அவருடைய கன்னங்களில் விழுந்திருந்த குழிகள் குகைகள் போல் ஆழமாயிருந்தன; அவருடைய வாய் பற்கள் அனைத்தையும் இழந்திருந்தது. பார்வை மங்கிய நிலையில், வாதத்தினால் பாதிக்கப் பட்டிருந்த கைகளால் தூரிகையையோ அல்லது பேனாவையோ பிடிக்க இயலாத நிலையில், தனது விரல்களையே தூரிகையாகப் பயன்படுத்தி மையில் நனைத்து ஓவியங்களை வரைந்துகொண் டிருந்தார்.

இவையெல்லாம் நடந்தது 1937இல். அப்போது அவருக்கு வயது எழுபது. அந்த வயதில்தான் தனது ஆகச்சிறந்த படைப்புகளை அவர் உருவாக்கினார். பதற்றத்துடன் பைத்தியம் பிடித்தவர்கள் போல் காணப்படும் நிழலுருவங்களைக் கூட்டம்கூட்டமாக வரைந்தார். தெறித்து விழுந்த கறுப்பு இரத்தத் துளிகளைப் போலவும், பட படத்து பறக்கும் வெட்டுக்கிளிகளைப் போலவும் தோன்றின அந்தப் படங்கள். இந்தக் கட்டுக்கடங்காத படபடப்புகள் லூயிஸ் சூடேரின் தலைக்குள்ளும் இருந்துள்ளன. அந்த உருவங்கள் பேய் களைப் போல் அவரை மிரட்டிக்கொண்டிருந்தன.

ஆனால், நாம் அப்போது அவரைச் சுற்றி நிகழ்ந்துகொண்டிருந்த ஐரோப்பிய அரசியல் நிகழ்வுகளை உற்றுப்பார்த்தோமெனில், ஜூராவில் உள்ள பலெக்கின் மனநலமற்றோர் பாதுகாப்பகத்தில் அவர் தங்கியிருந்த அந்த நீண்ட வருடங்களில் வழிந்தோடும் நீரூற்றுகள் போல் அவர் வரைந்த அந்த நீண்ட சிதைந்த துயரமான

கறுப்பு உருவங்கள் எதையோ முன்கூட்டிய அறிவிப்பதுபோல் தோன்றுகின்றன. பாவம் சூடேர், மனநோயினுள் தன்னைப் புகுத்தி, அவரை அறியாமலேயே உலகம் சிறிதுசிறிதாக அனுபவிக்கும் அந்த வேதனையை தன் விரல்களால் படம்பிடித்துக் காட்டிக் கொண்டிருந்தார். வயதான சூடேர் மொத்த உலகத்தையும், சவங் களாய் அலைந்த உலக மக்கள் அனைவரையும் தன் ஓவியங்களில் ஒரு பிணமேற்றிச் செல்லும் வாகனத்திற்குப் பின்னால் பிணங்களாய் அணிவகுத்து செல்ல வைத்தார். அந்தப் படங்களில் அனைத்தும் எரிந்து தீச்சுவாலைகளாகி பின்னர் அடர்ந்த புகைமூட்டமாக ஆகின்றன. தனது விரல்களை மை குடுவைக்குள் விட்டு நனைத்து அவரது காலத்தில் நடந்த உயிரற்ற உண்மைகளை நமக்கு வழங்கி யுள்ளார். பிரேதங்களின் பிரம்மிப்பூட்டும் நடனம்தான் அந்த ஓவியங்கள்.

லூயிஸ் சூடேர் இருந்த இடத்திற்கு வெகு தொலைவில், அவருடைய விநோதமான மௌனத்திற்கு வெகு தொலைவில், அந்த பலெக்கின் மனநலமற்றோர் பாதுகாப்பகத்திற்கு வெகு தொலைவில் பெர்கோஃபில் வெகு கீழ்த்தரமான வேலை ஒன்று நடைபெறுகிறது. ஒருவேளை லூயிஸ் சூடேர் தன்னுடைய உயிரற்ற விரல்களை மை புட்டியில் நனைத்துக்கொண்டிருந்த அந்த நிமிடத்தில்தான், ஷுஷ்நிக் அடால்ஃப் ஹிட்லரை உற்றுப் பார்த்தார். தன்னுடைய நினைவு சரிதையில் பின்னாளில் அவர் இதை எழுதுவார். “ஹிட்லருக்கு மற்றவர்களைத் தன் கட்டுக்குள் கொண்டுவரும் மாய வித்தை தெரியும்” என்று. பின்னர் அவர் அத்தோடு சேர்த்தெழுதியது என்னவென்றால், “ஃபியூரெர் ஒரு காந்தம் போல் மற்றவர்களைத் தன்வசம் இழுத்து, பின்னர் ஒரேடியாக அவர்களை வேகமாய் தள்ளிவது வழக்கம், அப்படித் தள்ளும் சமயத்தில் தோன்றும் ஒரு அதளபாதாளத்தைவிடக் கொடியது வேறொன்றும் இல்லை” என்பது. இதிலிருந்து ஷுஷ்நிக் மர்மமான விஷயங்களை விவரிப்பதில் வல்லவர் என்று தெரிவ தோடு, அவருடைய பலவீனங்களும் நமக்குப் புரிகின்றன. ரெய்ச்சின் அதிபர் ஒரு அமானுஷ்ய ஜந்து. கோயபெல்ஸ்ஸின் (Goebbels) நாசி பிரச்சாரம் நமக்குக் காட்ட முனைந்தது போல் ஒரு பயங்கரமான, மர்மமான, கற்பனையை விஞ்சும் ஒரு ஜந்து.

கடைசியாக ஷுஷ்நிக் வளைந்துகொடுத்தார். அதை விடத் தாழ்ந்து போனார் என்றே சொல்லலாம். அவரது வாய் பயத்தில் குளறியது. பின்னர் தான் கையொப்பமிடத் தயார் ஆனால், ஒரு ஆட்சேபனை என்று கூறினார். உண்மையில் அது ஒரு மிக பலவீன மான, திராணியில்லாத, சொங்கித்தனமான ஆட்சேபனை. "நான் உங்களுக்குத் தெரியப்படுத்துவது என்னவென்றால்" என்று ஒரு சாதுர்யமும் பயமும் கலந்த குரலில் தன் முகத்தை அஷ்டகோணலாக வைத்தபடி ஆரம்பித்தார். "இந்தக் கையொப்பத்தால் உங்களுக்கு எந்தப் பயனும் இல்லை." இதைச் சொல்லி முடித்தவுடன் ஹிட்லரின் முகத்தில் தோன்றிய ஆச்சரியத்தைக் கண்டு கொஞ்சம் மனம் திளைத்தார் ஷுஷ்நிக். தானும் சற்று உயர்ந்தவன் என்று காட்டிக்கொள்ள ஹிட்லரின் ஆதிக்க அதிகாரத்திலிருந்து தான் தட்டிப் பறித்த அந்தக் கடுகளவு பங்கை எண்ணி மனம் குளிர்ந்திருப்பார். ஆம் அவர் கண்டிப்பாக மனம் குளிர்ந்திருப்பார், ஆனால், அவர் அப்படி மனம் குளிர்ந்த விதம் வித்தியாசமானது. ஒரு நத்தை தனது கொம்புகளால் உணரும் இன்பத்தின் அளவு எவ்வளவு நுண்ணியதோ அவ்வளவு சிறியது அந்த இன்பம். அந்தக் குறுகிய குதூகலத்தை அனுபவித்தபடி தன்னுடைய இருக்கையில் தான் அமர்ந்திருந்த தோரணையைச் சற்று நெளிந்து மாற்றிக்கொண்டார்.

ஹிட்லர் இவன் நமக்கு என்ன சொல்ல வருகிறான் என்பது போல் சற்று வாயடைத்து போய் பார்க்க, ஒரு அதிகபிரசங்கியைப் போல் மேலும் வாயை கொடுத்தார் ஷுஷ்நிக். "எங்கள் நாட்டின் அரசியல் சாசனத்தின்படி, நாட்டின் உயர்ந்த அதிகாரத்தில் இருக்கும் மனிதர், அதாவது குடியரசின் ஜனாதிபதி மட்டுமே அரசு அதிகாரப் பதவியில் உறுப்பினர்களை நியமிப்பார்." விஷயம் வேறொன்றும் இல்லை, தான் ஹிட்லரிடம் அடிபணிந்ததோடு இன்னொருவரின் பின்னால் ஒளிந்துகொள்ளவும் முயற்சித்தார் ஷுஷ்நிக். ஆம் அந்த அன்பிற்குரிய அரசக் குடும்பத்தைச் சேர்ந்தவர் தனது அரசியல் வாழ்வில் நஞ்சு கலக்கப்போகிறது என்று அறிந்த மாத்திரத்தில் அந்த நஞ்சை பகிர்ந்துகொள்ள இன்னொருவரையும் தன்னுடன் இணைத்தார்.

இதில் ஆச்சரியப்படத்தக்க விஷயம் என்னவென்றால், ஹிட்லர் இந்தச் செய்தியை எதிர்கொண்ட விதம்தான். ஹிட்லரும் தன் பங்கிற்கு உளறியபடி, "அப்படியென்றால் உங்களுக்கும் அதிகாரம் உண்டு என்றுதானே அர்த்தம்..." என்று ஷுஷ்நிக் சொன்னவற்றில் எதையும் புரிந்துகொள்ளாதது போல் இழுத்ததுதான் ஆச்சரியத்தின் உச்சம். அரசியலமைப்பின் அத்துமீறல்களைப் பற்றி ஹிட்லருக்கு ஒன்றும் புரியவில்லை. ஆம் தன்னைப் பற்றிய அந்தக் கம்பீரமான பிம்பம் சிதைந்துவிடக் கூடாது என்று எண்ணியிருந்த ஹிட்லர் சற்றுக் குழம்பி குலைந்து நின்ற நேரம் அது. அரசியலமைப்பு சட்டம் என்பது கணிதப் பாடத்தைப் போன்றது, அதன் சூத்திரங்கள் என்றும் மாறாது. மறுபடியும் தடுமாறியபடி ஹிட்லரின் வாதம் தொடர்ந்தது: "நீங்கள்தான் அதை செய்ய வேண்டும்..." ஷுஷ்நிக் தனது சிறிய வெற்றியை ரசித்து பருகினார், தன் உரிமையை நிலைநாட்டினார், தான் படித்த சட்ட படிப்பின் பட்டத்தை நிலை நாட்டினார். அப்படித்தான் அந்தச் கைதேர்ந்த சட்ட வல்லுநர் ஆட்டம் ஆடும் பொடியனை ஒரு முட்டாளைப் போல் உணர வைத்தார்.

ஆம் அரசியலமைப்பு சட்டம் என்று ஒன்று உள்ளது. அது கரையான்களுக்காகவோ எலிக் குஞ்சுகளுக்காகவோ எழுதப் பட்டது அல்ல. அதிபர்களுக்காகவும் நாட்டின் பெருந் தலைவர் களுக்காகவும் எழுதப்பட்டது. ஆம் சீமான்களே ஒரு அரசியல் சாசன விதி என்பது ரோட்டின் குறுக்கே விழுந்து கிடக்கும் ஒரு பெரிய ஆலமரத்தை போல அல்லது காவல்துறையினரால் போடப்பட்ட ஒரு தடுப்பு வேலியைப் போல வலிமையானது. அதை எளிதில் கடந்து செல்ல முடியாது. அந்த நேரத்தில் கோபத்தின் உச்சிக்கே சென்ற ஹிட்லர் தனது அலுவல் அறையின் கதவுகளை ஓங்கி அடித்தாற்போல் திறந்து வெளியில் வந்து ஜெனரல் கெய்ட்டலை (Keitel) கத்தி அழைக்க வேண்டியதாயிற்று. பின்னர் ஷுஷ்நிக்கின் பக்கம் திரும்பி, "நான் உங்களை மீண்டும் அழைக்கிறேன்" என்று ஹிட்லர் கூற ஷுஷ்நிக்கும் அங்கிருந்து வெளியேறினார். அவர் வெளியேறிய உடனே அவர் பின்னே கதவுகள் மூடப்பட்டன.

அப்படிக் கதவுகள் மூடப்பட்ட பிறகு அந்த அறைக்குள் என்ன நடந்தது என்பதை 1945இல் நுரெம்பெர்க் (Nuremberg) வழக்கு

மன்றத்தில் ஜெனரல் கெய்ட்டல் அவர் வாயாலேயே எடுத் துரைத்தார். ஏனெனில் அங்கு என்ன நடந்தது என்பதற்கு அவர் மட்டுமே சாட்சியாய் இருந்தார். ஜெனரல் கெய்ட்டல் ஹிட்லரின் அலுவலறைக்குள் நுழைந்தவுடன், அவரை ஹிட்லர் முதலில் அமரச் சொல்லி, பின்னர் தானும் அமர்ந்து அந்த அடைக்கப்பட்ட மரக் கதவுகளுக்குப் பின்னால் தான் குறிப்பாக எதைப் பற்றியும் பேச விரும்பவில்லை என்று சொன்னதாக கெய்ட்டல் சொன்னார். பின்னர் ஹிட்லர் ஒரு கணம் அசைவின்றி இருக்க அந்த அறையில் யாரும் நகரவில்லை. அதைத் தொடர்ந்து ஹிட்லர் ஆழ்ந்த சிந்தனையிலிருக்க, கெய்ட்டலும் அருகில் அமைதியாக அமர்ந்திருந்தார். அதாவது ஜெர்மனிய அதிபரைப் பொறுத்தவரை கெய்ட்டல் ஒரு எடுபிடி. வெறும் எடுபிடி என்பதைத் தவிர வேறொன்றும் இல்லை. அப்படித்தான் அவர் ஹிட்லரால் நடத்தப் பட்டார். அதனால்தானோ என்னவோ, கேட்பதற்கு ஆச்சரிய மூட்டுவதாக இருந்தாலும், அவர்கள் இருவரும் உள்ளே இருந்த பல நீண்ட நிமிடங்களில் எதுவும் நடக்கவில்லை. சுத்தமாக எது வுமே நடக்கவில்லை. நாம் அறிந்தவரை இதைத்தான் கெய்ட்டல் தனது வாக்குமூலத்தில் சொன்னார்.

ஹிட்லரும் கெய்ட்டலும் அறையின் உள்ளே இருந்த அந்தச் சமயத்தில் ஷுஷ்நிக்கும் அவரது ஆலோசகரும் விபரீதமாக ஏதும் நடந்துவிடுமோ என்று பயந்தனர். தாங்கள் கைது செய்யப்படு வோம் என்றுகூட எண்ணினர். நாற்பத்து ஐந்து நிமிடங்கள் உருண்டோடின. அவர்கள் இருவரும் ரிபென்ட்ரோப்புடனும் வோன் பாப்பேனுடனும் உடன்படிக்கையின் விவரங்களைப்பற்றி அரைகுறை கவனத்தில் இயந்திரத்தனமாக ஆலோசித்தனர். ஹிட்லர் அதில் ஒரு காற்புள்ளிகூட மாறாது என்று கூறிவிட்ட பிறகு அதை பற்றி ஆலோசித்து என்ன பயன். அது ஷுஷ்நிக் தன்னைதானே சமாதானப்படுத்திக் கொள்ளும் ஒரு முயற்சியாக இருக்கக்கூடும். அந்தச் சந்திப்பு ஏதோ உண்மையிலேயே இரு நாட்டு தலைவர்களுக்கு இடையே நடக்கும் ஒரு சந்திப்பு போலவும், தான் இன்னமும் ஒரு அதிகாரப்பூர்வமான நாட்டின் பிரிதிநிதிதான் என்பது போலவும் ஷுஷ்நிக் பாவித்துக்கொண்டிருந்தார். ஆனால், உண்மையைச் சொல்ல வேண்டும் எனில் அவர் அந்தச் சூழலின் வேதனையைத் தனது முகத்தில் அணியாமல் தவிர்த்தார். அப்படிச்

செய்யாவிடில் அவர் அதிலிருந்து தப்பித்து வெளிவர இருக்கும் கொஞ்சநஞ்ச வாய்ப்பும் பறிபோகும்.

ஒருவழியாக ஹிட்லர் குர்ட் வோன் ஷுஷ்நிக்கை திரும்ப அழைப்பதாக வந்து சொன்னார்கள். அங்குதான் பணிவு என்ற பெயரில் பாசாங்குகள் பல்லைக்காட்டின. இறுக்கமான முகத்திலிருந்தும் இனிமையான புன்னகைகள் பூத்தன. நாடகத்தில் காட்சிகள் மாறுவது போல், சற்று முன்பு கர்ஜித்த குரல்கள் கனிவாகப் பேசின. பாதையில் முட்கள் மறைந்து பூக்கள் தூவப் பட்டன. ஏதோ பெரியதொரு சலுகையைச் செய்வதுபோல் போக்குக்காட்டி, "எனது வாழ்க்கையில் முதன் முறையாக நான் எடுத்த முடிவை மாற்றிக்கொள்வதாக முடிவு செய்துள்ளேன்" என்றது அடால்ஃப் ஹிட்லரின் குரல். அந்தக் கணத்தில்தான் ஹிட்லரின் முகத்தில் ஒரு புன்னகை தோன்றியது. கொள்ளைக்காரக் கூட்டங்களின் தலைவர்களோ அல்லது கொடூரமானவர்களோ நம்முன் புன்னகைக்கும் தறுவாயில், நாமும் பதிலுக்குப் புன்னகைப்பதைத் தவிர வேறு என்ன செய்ய முடியும். அப்படி ஒரு தருணத்தில் நம் துன்பங்களின் தொடக்கப் புள்ளியைச் முடிந்தவரை சீக்கிரமாக முற்றுப்புள்ளியாய் மாற்றத் துடிப்போம், நிம்மதிக்காக ஏங்குவோம். அதுமட்டுமின்றி மனதை சித்திரவதைக்கும் இரண்டு தருணங்களுக்கு இடையில் ஒரு புன்னகை கிடைத்தால் அதற்கென்று ஒரு தனி மகத்துவம் உண்டல்லவா. இருளில் தோன்றி மறையும் ஒரு மின்னல் கீற்று போன்றதொரு நம்பிக்கை அந்தப் புன்னகை. இப்போது அழுத்தமாகத் தாழ்ந்த குரலில், "நான் ஏற்கெனவே சொன்னதைத்தான் மீண்டும் சொல்கிறேன்" என்று இரகசியத்தைச் சொல்வதுபோல் ஹிட்லர் சொன்னது இதுதான், "கடைசியாக சொல்கிறேன், இந்த உடன்படிக்கையை மூன்று நாட்களுக்குள் நிறைவேற்றுங்கள்." அப்போதுதான் ஸுஷ்நிக்கிற்குப் புரிந்தது. தான் எடுத்துச் சொன்ன திருத்தங்கள் ஏற்கப்படவில்லை என்பதோடு உடன்படிக்கையில் ஒரு எழுத்துகூட மாறவில்லை என்று. மாறாக உடன்படிக்கையை நிறைவேற்ற முன்பு கொடுக்கப்பட்ட கால அவகாசத்தில் ஐந்து நாட்கள் குறைக்கப்பட்டன. ஷுஷ்நிக் தலையசைக்காமல் மௌனத்துடன் அதை ஏற்றுக்கொண்டார். அனைத்து முயற்சிகளும் தோல்வியுற்ற பின்பு, ஏதோ பெரிய சலுகை கிடைத்துவிட்டது போல, முதலாவதாக அளிக்கப்பட்ட

உடன்படிக்கையைவிட மோசமான ஒன்றைப் பேரம்பேசி முடித்திருந்தார் ஷுஷ்நிக்.

உடன்படிக்கையின் ஆவணங்கள் செயலகத்திற்கு அனுப்பப்பட்ட பின்னர் இரு நாட்டுத் தலைவர்களுக்கும் இடையேயான உரையாடல்கள் எதுவுமே நடக்காதது போல சாதாரணமாகத் தொடர்ந்தன. இப்போது ஷுஷ்நிக்கை, "மாண்புமிகு அதிபர் அவர்களே" என்று ஹிட்லர் அழைக்க அது ஷுஷ்நிக்கை மகிழ்ச்சியின் உச்சத்திற்கு எடுத்துச் சென்றது. தட்டச்சு எந்திரத்தில் அச்சடிக்கப்பட்ட உடன்படிக்கையின் நகல்களில் கையொப்பங்கள் இடப்பட்டன. ரெய்ச் அதிபர் ஷுஷ்நிக்கையும் அவரது உதவியாளரையும் இரவு விருந்திற்க்காக தங்குமாறு கேட்டுக்கொள்ள, அந்த அழைப்பைப் பணிவுடன் மறுத்தனர் அவர்கள்.

எப்படி முடிவெடுக்காமல் இருப்பது

அதைத் தொடர்ந்த நாட்களில், ஜெர்மனிய இராணுவம் சில அடக்குமுறைச் செயல்களில் முழு மூச்சாக இறங்கியது. ஒரு ஆக்கிரமிப்பு செய்யப்போவதற்கு முன்பாக எதையெல்லாம் தயார் செய்ய வேண்டுமோ அவை அனைத்தையும் செய்வதுபோல போலியாகக் காட்ட ஜெர்மனியின் தலைசிறந்த இராணுவத் தளபதிகள் ஹிட்லரால் கட்டளையிடபட்டிருந்தனர். இதில் விந்தையானது என்னவென்றால்! யுத்த சரித்திரத்தில் பல பாசாங்கு களும் பாவனைகளும் நடந்துள்ளன. ஆனால், இது அவற்றிலிருந்து தனிப்பட்டது. அது ஒன்றும் போர் தந்திரமோ அல்லது போர் உத்தியோ அல்ல. ஏனென்றால் இதுவரை யாரும், எந்த நாடும் போரில் இறங்கவில்லை என்பதுதான் நிஜம். அது உண்மையில் உளவியல் ரீதியான ஒரு தந்திரம், ஒரு பயமுறுத்தல். இராணுவத் தாக்குதலை நடத்தப்போவதுபோல் ஒரு நாடகத்தை ஜெர்மனிய போர் தளபதிகள் நடத்தியது நினைப்பதற்கே வியப்பூட்டுவதாக உள்ளது. பீரங்கிகளை உறுமச்செய்தும், விமானங்களை விருட் டென எல்லையில் வலம்வர வைத்தும், பிறகு பாசாங்குத்தனமாய் காலியான இராணுவ ஊர்திகளை எல்லைவரை எடுத்துச் சென்று திரும்பிவருவதும் என அனைத்தும் நடந்தது.

ஆஸ்திரிய தலைநகரான வியன்னாவில், அப்போதைய அதிபர் மிக்ளாஸின் (Miklas) அலுவலகத்தில் பயம் தலைக்கேறியது. ஹிட் லரின் தந்திர யுக்திகள் வேலை செய்தன. ஆஸ்திரிய அரசாங்கம் ஜெர்மனியர்கள் கண்டிப்பாகத் தங்களை ஆக்கிரமிப்பு செய்யப் போகிறார்கள் என்று நம்பத் தொடங்கியது. குழப்பத்தில் பல முட்டாள்தனமான முடிவுகளை நோக்கி சிந்தனைகள் உதித்தன. ஹிட்லரை சாந்தப்படுத்த ஹிட்லருடைய பிறந்த ஊரான ப்ரோனோ-சூர்-இன்னை (Braunau - sur - Inn) அதில் குடியிருந்த

பத்தாயிரத்துக்கும் மேற்பட்ட மக்களுடன், அதன் அழகான நீரூற்றுகளுடன், மருத்துவமனையுடன், உணவகங்களுடன் ஹிட்லருக்கே அன்பளிப்பாகக் கொடுக்க முடிவெடுக்கப்பட்டது. ஆம் ஹிட்லருடைய சொந்த ஊரை, சொந்த வீட்டை அதனுடைய சிப்பி போல் வளைந்த சாளரங்களுடன் பரிசளிக்க ஆஸ்திரிய அரசாங்கம் முன்வந்தது. அப்படி ஹிட்லரின் பால்ய நினைவுகளில் ஒரு பகுதியைப் பரிசாக அளிப்பதன் மூலம் நம்மை ஹிட்லர் நிம்மதியாக இருக்கவிட வாய்ப்புள்ளது என்று ஆஸ்திரிய அரசாங்கம் நம்பியது. ஷுஷ்நிக்கும் எதையாவது செய்து தனது பதவியைத் தக்கவைத்துக்கொள்ள வேண்டும் என்று நினைத்தார். எப்போது வேண்டுமானாலும் நடக்க இருக்கும் ஜெர்மனிய ஆக்கிரமிப்பை எண்ணி பயந்து, மிக்ளாஸிடம் ஹிட்லரின் உடன்படிக்கையை ஏற்றுக்கொண்டு செயிஸ்-இன்கார்ட்டை உள்துறை அமைச்சராக ஆக்குமாறு கெஞ்சினார் ஷுஷ்நிக். செயிஸ்-இன்கார்ட் ஒன்றும் அவ்வளவு கொடூரமானவன் அல்ல என்று மிக்ளாஸிடம் ஷுஷ்நிக் வாதாடினார். செயிஸ்-இன்கார்ட் ஒரு பயங்கரவாதமற்ற மிதமான நாசி என்றும், ஒரு சிறந்த தேசப்பற்றாளன் என்றும் புகழ்ந்தார் ஷுஷ்நிக். அதுமட்டுமின்றி, யதார்த்தத்துடன் பார்க்கப்போனால் அவர்கள் அனைவரும் ஒரே குடும்பத்தைச் சேர்ந்தவர்கள்தான். செயிஸ்-இன்கார்ட்டும், தானே ஒரு சர்வாதிகாரியாக இருந்துகொண்டு ஹிட்லருக்கு பயப்படும் ஷுஷ்நிக்கும் நண்பர்கள். அவர்கள் இருவரும் சட்டபடிப்பை ஒன்றாய் படித்தவர்கள். ஜூஸ்தீனியனின் சட்டங்களை (Institutes of Justinian) பற்றித் தெரிந்தவர்கள். அவர்கள் இருவரில் ஒருவர் ரோமானியர்களிடமிருந்து எவ்வாறு சட்டங்கள் மரபுவழியாக இவர்களை வந்தடைந்தன என்பதைப் பற்றி ஆய்வுக்கட்டுரையையும், மற்றொருவர் ஏதோ, சரியாக எனக்குத் தெரியவில்லை, மத உரிமை சட்டத்தைப் பற்றிய ஆய்வுக்கட்டுரை வாசித்தவர். மற்றும் அவர்கள் இருவருமே இசைமேல் அலாதி பிரியமுடையவர்கள். ப்ரூக்னெரின் (Bruckner) பரம விசிறிகள். சில நேரங்களில் அவருடைய இசை அம்சங்களைப் பற்றி இருவரும் வியன்னா காங்கிரஸ் நடைபெற்ற அந்த அதிபர் மாளிகையில், குறிப்பாக தாலிரான் (Talleyrand) தனது கூரிய முனைகொண்ட காலணியுடனும், பாம்பின் விஷம் கொண்ட நாவுடனும் நடந்து சென்ற அந்த நடைகூடங்களில் பெருமையுடன் பேசுவார்கள்.

ஷுஷ்நிக்கும் செயிஸ்-இன்கார்ட்டும் அமைதியை விரும்பிய மெட்டர்னிச் (Metternich) என்ற மாமனிதரின் சிலையின் நிழலில் நின்றபடி ப்ரூக்னெரைப் பற்றி பேசுவதுண்டு. ப்ரூக்னெரின் எளிமையான மற்றும் பரிதாபத்திற்குரிய வாழ்க்கையைப் பற்றி இருவரும் பேசுவர். அப்படிப் பேசுகையில் ஷுஷ்நிக்கின் மூக்குக் கண்ணாடி கண்ணீரால் நனைந்ததுண்டு, குரல் தழுதழுத்ததுண்டு. ஒருவேளை அந்த நேரத்தில் அவர் தன்னுடைய முதல் மனைவியைப் பற்றியும், அந்த கார் விபத்தைப் பற்றியும், கவலையும் குற்ற உணர்ச்சியும் நிறைந்த அந்த வருடங்களைப் பற்றியும் நினைத்துப் பார்த்திருக்கலாம். செயிஸ்-இன்கார்ட்டும் தன்னுடைய வட்ட வடிவ மூக்குக்கண்ணாடியைக் கழற்றி ஜன்னல்கள் ஓரமாய் நடந்தபடி தான் சொல்ல வந்ததை நீண்ட வாக்கியங்களாக வெளிப்படுத்துவார். ப்ரூக்னெர் மூன்று மாதங்கள் மனநல மருத்துவமனையில் அடைக்கப்பட்டார் என்று அவர் உணர்ச்சி வசத்துடன் முணுமுணுப்பார். ஷுஷ்நிக் தன் தலையைக் கவிழ்த்த வண்ணம் வைத்திருக்க, செயிஸ்-இன்கார்ட் நெற்றியில் ஏதோ ஒரு நரம்பு புடைத்தபடி ஆழ்ந்த சிந்தனையில் உணர்வுப்பூர்வமாக ப்ரூக்னெரைப் பற்றி மேலும் பேச, ப்ரூக்னெர் தனது தனிமையான நீண்ட திரிதல்களின் போது மரங்களிலுள்ள இலைகளை எண்ணுவாராம், வைராக்கியத்துடன் உணர்ச்சியற்றவராய் இரகசியமாய் ஒரு மரத்தில் உள்ள இலைகளை எண்ணி முடித்த பிறகு மற்றொரு மரத்தை நோக்கி செல்வாராம், அப்படிச் செய்யும்போது அடுத்த மரத்தில் இலைகளின் எண்ணிக்கை அதிகரித்திருப்பதைக் கண்டு கவலை கொள்வாராம். அதோடு அவர் நடைபாதையில் பதிக்கப்பட்ட கற்களையும், கட்டடங்களில் இருக்கும் ஜன்னல்களையும் கூட எண்ணுவாராம். ஒரு பெண்ணிடம் பேசினால் அவரை அறியாமலேயே அவள் நெக்லஸில் பதிக்கப்பட்டிருக்கும் கற்களையும் எண்ணுவாராம். அவர் தன் நாயின் ரோமங்களைக்கூட, வழிப்போக்கர்கள் தலைமுடியைக்கூட, மேகங்களையும்கூட எண்ணுவாராம். இது ஒருவித மனநோயால் ஏற்படும் சித்திரவதை. அது அவரின் உள்ளே இருந்து கொண்டு ஒரு தீச்சுவாலையைப் போல் அவரைத் தின்றுகொண்டிருந்தது. அந்தக் கூடத்தின் சர விளக்குகளை உற்றுப்பார்த்தபடி ப்ரூக்னெரைப் பற்றி மேலும் பேசினார் செயிஸ்-இன்கார்ட்: ப்ரூக்னெர் தன்னுடைய இசைத்

தொகுப்புகளில் உள்ள இடைவெளிகளை மௌனச் சிரிப்புகளால் நிரப்பியிருப்பார். மற்றும் அவருடைய சிம்பொனிகள் அறிவுநுட்பத்துடன் கோர்க்கப்பட்டிருக்கும், அவற்றில் இசையின் கருப்பொருட்கள் ஒன்றன் பின் ஒன்றாக வரும். படிக்கட்டுகளின் கைப்பிடியில் தனது கையை ஓடவிட்டுக்கொண்டே முணுமுணுத்தார் செயிஸ்-இன்கார்ட்: இன்னும் சொல்லப்போனால் அவருடைய இசையில் ஒலிகளுக்கிடையேயான தொடர்பு வலிமையான காரணத்தை அடிப்படையாகக் கொண்டு மிகநுட்பமானதாகவும் பல நெறிகளுக்குட்பட்டதாகவும் இருந்ததால் தன்னுடைய ஒன்பதாவது சிம்பொனியை முடிப்பது அவருக்கே கிட்டத்தட்ட சாத்தியமற்றதாகிவிட்டது. அதன் கடைசி பகுதியை இரண்டு ஆண்டுகளாக முடிக்காமல் கிடப்பில் போட்டுவைத்தார். இடைவிடாது அவர் செய்த திருத்தங்களால் கிட்டத்தட்ட ஒரே பகுதிக்குப் பதினெட்டு மாதிரிகளை வைத்திருந்தார்.

ஷுஷ்நிக்கிற்கு இதுபோன்ற தயக்கங்களும் குற்றஉணர்வுகளும் கலந்த ஒரு கட்டமைப்பு ஆர்வத்தைத் தூண்டுவதாக இருந்திருக்க வேண்டும். அதனால்தானோ என்னவோ, அவருக்கும் செயிஸ்-இன்கார்ட்டிற்கும் எல்லாவற்றுக்கும் மேலாக - ஒரு கண்ணால் கண்ட சாட்சியின் மூலம் நமக்குத் தெரியவந்தது - பெரிய காற்றுக் கருவுகளுடனும், பிரமிப்பூட்டும் அமைதியுடனும், க்ளாரினெட்டின் சத்தத்துடனும் மற்றும் வயலின்கள் மெதுவாகத் தெறித்து விழ வைக்கும் தங்களின் இரத்தத் துளிகளுடனும் ஒன்பதாவது சிம்பொனியை லயித்து கேட்பது பிடிக்கும்.

பின்னர் அவர்கள் இருவரும் பர்ட்வாங்கலரை (Furtwängler) பற்றி பேசுவர். அவரின் ஏற்நெற்றியைப் பற்றியும், இசைக் கலைஞன் என்பது அவரின் முகத்திலேயே தெரியும் என்பதையும், இசைக்கச்சேரியின் போது இசை கலைஞர்களுக்கு இசையின் ஓட்டத்தைத் தெரிவிக்க அவர் பயன்படுத்தும் அந்தப் பிரம்பை ஏதோ அப்போதுதான் ஒரு மரத்திலிருந்து ஒடித்து வந்த குச்சியைப் போல் அவர் கையாளும் லாவகத்தைப் பற்றியும் பேசுவார்கள். இந்த இசைக்கலைஞர்கள் வரிசையில் அடுத்தாக நிகிஷை (Nikisch) பற்றி பேசுவார்கள், ரிச்சர்ட் வாக்னரின் மேற்பார்வையில் பீதோவனை வாசித்தவர் அவர்தான். இசைக்கச்சேரியில் அவர்

சாதாரண தாளங்களில் ஆரம்பித்து மிகச் சிறந்த ஒலிகளை எழுப்பி மிகப் பெரிய படைப்பின் உன்னதத்தை வெளிக்கொணரும் திறனுடையவர். நிகிஷ் லிஸிஸ்ட் (Liszt) என்ற இசை அமைப் பாளரின் மேற்பார்வையிலும் வாசித்ததுண்டு. லிஸிஸ்ட்டின் குரு நாதர்களில் ஒருவர்தான் சாலேரி (Salieri) பிரபஞ்சம் அவர்களுக்கு பீதோவனையும் மோசாரையும் (Mozart) பரிசாக அளித்தது. அந்தப் பட்டியலில் கடைசியாக அவர்கள் ஹைடனை (Haydn) பற்றியும் பேசுவர். ஆம் அவருடைய துயரத்தின் ஆழத்தைத் தொட்டுப் பார்த்தனர் என்றே சொல்லலாம். ஏனென்றால் ஹைடன் ஓபரா விற்கும், சிம்பொனிகளுக்கும், பிரார்த்தனைப் பாடல்களுக்கும், மேடை பேச்சுகளுக்கு, கச்சேரிகளுக்கு, நடனங்களுக்கும் இசை அமைக்கும் ஒரு வற்றாத அட்சயப் பாத்திரமாக விளங்கும் முன் ஒரு வண்டிச் சக்கரங்களைச் சரிசெய்யும் கூலித்தொழிலாளிக்கும், ஒரு சமையற்காரிக்கும் பிறந்த ஏழை சிறுவன்தான். வியென்னாவின் தெருக்களில் திரிந்துகொண்டிருந்த ஒரு பரிதாபத்திற்குரிய நாடோடி சிறுவன். இழவு வீடுகளிலும், திருமணங்களிலும் அவரை வாசிக்க அழைத்தனர். அப்படி அவர் வாசித்தபோது அவரின் இசையைக் கேட்டவர்கள் மெச்சினார்கள். ஆனால், ஹைடன் ஏழ்மையிலிருந்துகொண்டே அனைத்தையும் சாதித்தவர் என்பதற்காக ஷுஷ்நிக்கும் செயிஸ்-இன்கார்ட்டும் அவரது இசைமேல் ஆர்வம் கொள்ளவில்லை. அவர்களின் அக்கறை வேறொரு காரணத்தால் முளைத்தது. லிஸிஸ்ட்டுடன் சேர்ந்து ஐரோப்பாவின் பல்வேறு கச்சேரி நடக்கும் இடங்களில் வலம் வருவதை அவர்கள் இருவரும் விரும்பினார்கள்.

ஷுஷ்நிக்கைவிட செயிஸ்-இன்கார்ட்டுக்குத்தான் அந்த நடை பயணங்களின் முடிவில் மனம் மிகுந்த கனத்ததாக இருக்கும். செயிஸ்-இன்கார்ட் ஹாக் (Hague) நகரிலும் க்ரகோவ் (Krakow) நகரிலும் பணியில் இருந்த பின்னர், நுரெம்பெர்கில் தனது அல்லக்கை யாத்திரையை முடித்துக்கொண்டார். ஆனால், தான் எதையுமே செய்யவில்லை என திட்டவட்டமாக மறுப்பார். அவர் தான் இப்போது ஆஸ்திரியாவை மூன்றாவது ரெய்ச் அரசுடன் இணைப்பதில் முக்கிய பங்களிப்பவர், ஆனால் அவர் எதையுமே செய்யவில்லை. மாண்புமிகு கிருப்பேன்ஃபியூரெர் [Gruppenfurer - (குழு தலைவன்)] என்று பட்டம் நாசி அரசால் கொடுக்கப்பட்டு

கௌரவப்படுத்தப்பட்டார், ஏனென்றால் அவர் எதையும் பார்க்காமல் தன் கண்களை மூடிக்கொண்டார். அவருக்கு ஏதோ ஒரு பெயரற்ற மந்திரி பதவி ஹிட்லரின் அரசாங்கத்தால் கொடுக்கப் பட்டது, அவரிடம் எதுவும் சொல்லப்படவில்லை. போலந்தின் கவர்னரின் பிரதிநிதியாக பிரகடனப்படுத்தப்பட்டார், நாசி அரசாங் கத்தை எதிர்த்து போலந்தில் நடந்த போராட்டங்களை அதிரடியாகக் கட்டுப்படுத்திய காரணத்தால் இருக்கலாம், ஆனால், அவர் எந்தக் கட்டளையும் இடவில்லை என்றுதான் சொல்ல வேண்டும். கடைசியாக ரெய்ச் அரசின் அதிகாரியாக நெதர்லாந்தில் நியமிக்கப் பட்டார். நுரெம்பெர்கில் அவர் மேல் சாட்டப்பட்ட குற்றத்தின் படி நான்காயிரம் பேருக்கு மரண தண்டனை வழங்கி இருந்தார். ஆன்டிசெமிட் (Antisemite) எனப்படும் யூத வெறுப்பு கொள்கையை நேர்மையுடன் கடைபிடிப்பவர் அவர், ஆதலால் முக்கிய பதவிகளிலிருந்த அனைத்து யூதர்களையும் நீக்கினார். ஹாலந்தில் ஒரு லட்சம் யூதர்கள் கொல்லப்பட்டதற்கும் அவருக்கும் தொடர்பு இல்லாமல் இல்லை. இருப்பினும் அவர் ஏதும் அறியாத அப்பாவி என்றுதான் சொல்ல வேண்டும். கடைசியாக இராணுவம் அவருக் கான சாவு மணியை அடித்தபோது ஒரு வழக்கறிஞனைப்போல தன்னை நியாயப்படுத்த அவர் வாதிட்டார், பல ஆவணங்களை மேற்கோள் காட்டினார், கத்தைகத்தையாக அவருக்கு எதிராக இருந்த ஆதாரங்களை மிகக் கவனமாகப் பக்கம்பக்கமாகப் புரட்டிப் படித்தார்.

1946ஆம் ஆண்டு, அக்டோபர் 16இல் தன்னுடைய ஐம்பத்து நான்காவது வயதில் இருந்த செயிஸ்-இன்கார்ட், எமில் சாஜ்ட்டிச் (Emile Zajtich) என்ற ஒரு பள்ளி தலைமை ஆசிரியரின் மகன், தனக்குத் தானே ஒரு ஜெர்மனியப் பெயரைச் சூட்டிக்கொள்வதற் காகத் தன்னுடைய குடும்பப் பெயரைத் தியாகம் செய்து, மொராவியில் (Moravie) உள்ள ஸ்டன்னர்ன் (Stannern) என்ற ஊரில் தன் பால்ய பருவத்தைக் கழித்து, வியன்னாவில் தனது ஒன்பதாவது வயதில் குடியேறி, இப்போது நுரெம்பெர்க்கில் தூக்குமேடையில் ஒரு வெற்றிடத்துக்கு மேல் நிற்கிறார். அவர் அங்கு வருவதற்கு முன் சில வாரங்களைத் தனிமையில் சிறையில் கழித்திருந்தார். இரவு எது, பகல் எது என்பதுகூடத் தெரியாமல் ஒரு மின்விளக்கை மட்டுமே கொண்ட ஒரு அறையில் இருந்தார். ஒரு இரவு அவருக்கு

வழங்கப்பட்ட தூக்குத் தண்டனை நிறைவேற்றப்படவுள்ளதாக தெரிவிக்கப்பட்டது. படிக்கட்டுகளில் அமைதியாக இறங்கிவந்து, கூடத்தில் தயங்கித்தயங்கி காலடிகளை எடுத்து வைத்து, சில சாதாரண போர் வீரர்களுடன் ஒன்றாக வரிசையில் நின்று, கடைசியாகத் தூக்கு மேடை ஏறி, அவர் கண்முன்னே தண்டிக்கப்பட்ட மற்ற ஒன்பது பேரும் இறந்த பின்னர், தன்னுடைய தருணம் வந்தவுடன் தடுமாறியபடி நுழைவுவாயிலின் வழியாக முன்னேறிச் சென்றார். மரத்தால் செய்யப்பட்ட மேடையில் தூக்குக் கயிற்றின் தூண்கள் நிற்க ஒரு மாட்டு கொட்டகையைப் போல மோசமான நிலையில் இருந்தது அந்த இடம். அதில் முதலாவதாக ரிபென்ட்ரோப் தான் தூக்கிலிடப்பட்டார். ரிபென்ட்ரோப்புடைய வழக்கமான ஆணவம் குறைந்து, பெர்கோஃப் மாளிகையில் பேச்சு வார்த்தைகளின் போது இருந்த பிடிவாதம் குறைந்து, மரணத்தை நெருங்கநெருங்க மனத்தளர்ச்சி அடைந்து, ஊன்றித் தடுமாறி நடக்கும் கிழவனாய்ச் சென்று மறைந்தார்.

அதன் பிறகு ஆர்தர் செயிஸ்-இன்கார்ட்டின் (Arthur Seyss-Inquart) முறை வருவதற்கு முன்னர் எட்டு பேர் தூக்கிலிடப்பட்டனர். அவர் முறை வந்த போது மரண தண்டனை வழங்குபவனை நோக்கி ஒரு அடி எடுத்து வைத்தார் செயிஸ்-இன்கார்ட். அந்த மரண தண்டனை வழங்குபவனின் பெயர் ஜான் சி வுட்ஸ் (John C. Woods), அவன்தான் செயிஸ்-இன்கார்ட்டைக் கடைசியாக நேரில் பார்த்த சாட்சி. விளக்குகளின் வெளிச்சத்தில் ஜான் சி வுட்ஸின் அகன்ற முகத்தைப் பார்த்தவுடன், சட்டென்று ஒரு வண்ணத்துப்பூச்சி இறக்கைகளை விரித்து மலர்வதைப்போல, ஆச்சரியத்தில் செயிஸ்-இன்கார்ட்டின் கண்கள் விரிந்தன. செயற்கையாக ஜோடிக்கப்பட்ட ஒரு எதிர்மறை கூற்றுகளைக் கொண்ட மருத்துவ அறிக்கை கூறியது என்னவென்றால் வுட்ஸ் ஒரு மனநல குறைபாடு உடையவன். பின்ன இந்த மாதிரி ஒரு வேலையைச் செய்ய நல்ல மனநலத்தோடு இருக்கும் எவன் ஒத்துக்கொள்வான்? இன்னொரு சாட்சிகளின் கூட்டம், அவனை ஒரு தற்பெருமை பேசும் குடிகாரப்பயல் என்ற கருத்தையும் முன்வைக்கிறது. மரண தண்டனை வழங்கும் தன்னுடைய தொழிலின் இறுதிக் கட்டத்தில் ஒருநாள் பத்து கிளாஸ் விஸ்கியை மடக்மடக் என்று உள்ளே தள்ளிய பிறகு, அதுவரை முந்நூற்றுநாற்பத்து ஏழு பேரைத் தான் தூக்கிலிட்டுக் கொன்றதாக அவனே பெருமையுடன் வாக்குமூலம் கொடுத்தான்.

அவன் சொன்ன அந்த எண்ணிக்கை சற்று முன் பின் இருக் கலாம். இருப்பினும் செயிஸ்-இன்கார்ட்டை அவன் தூக்கி லிட்ட ஆக்டோபரின் அந்தக் குறிப்பிட்ட நாளுக்கு முன் தன்னுடைய தொழிலை அவன் பணிவுடனும் பயபக்தியுடனும் தொடங்கிய காலத்தில் இருந்து பல பேரை அவன் தூக்கிலிட்டு கொன்றுள்ளான் என்பதுதான் உண்மை. 1946இல் எடுக்கப்பட்ட இன்னொரு புகைப்படம் ஜோஹன் ரெய்ச்சர்ட் (Johann Reichhart) என்ற இன்னொரு எமகாதகனுடன் சேர்ந்து முப்பது பேரை ஜான் சி வுட்ஸ் தூக்கிலிடுவதைத்தான் காட்டுகிறது. இடப்புறத்தில் உள்ளவர்களை வுட்ஸும், வலது புறத்தில் உள்ளவர்களை ரெய்ச்சர்ட்டும் பரலோகம் அனுப்பினார்கள். ஆனால் ரெய்ச்சர்ட் பல ஆயிரக்கணக்கான உயிர்களை மூன்றாவது ரெய்ச்சின் போது ஹிட்லரின் ஆணையின் பேரில் மண்ணோடு மண்ணாக்கியிருந் தான். இருப்பினும் அமெரிக்கர்கள் அவனைத் தொழில் ரீதியான தேவைக்காகத் தங்களுக்குக் கீழ் வேலை செய்ய அனுமதித்தனர். ஆம் சிவந்து பருத்த வுட்ஸின் அந்த முகத்தைப் பார்த்துதான் இன்கார்ட்டின் . கண்கள் அகல விரிந்தன. நம்முடைய கடைசி தருணத்தில் மரணம் தன்னுடைய முகத்தை நமக்குக் காட்டும் என்பது உண்மைதான். வுட்ஸின் அந்த முகம்தான் இன்கார்ட்டிற்கு மரணத்தின் முகமாக மரணத்தின் நுழைவு வாயிலாகத் தெரிந்தது.

அப்போதுதான் ஏதோ சொல்ல முற்பட்ட செயிஸ்-இன்கார்ட்டிற்கு சொற்கள் கிடைக்காமல் தேடினார்; எங்கே சென்றது அந்தச் சொல்லாடலும் வாய்திறனும்? மாளிகையில் பேசிய மர்மமான பேச்சுகளும், இட்ட கட்டளைகளும், நீதிமன்ற வாதத்திறமைகளும் எங்கு சென்று மறைந்தன? இனி சொல்வதற்கு ஒரே ஒரு வாசகம் தான் உள்ளது, ஒரு அர்த்தமற்ற வெற்று வாசகம். காதுகளை எட்டும் முன்னே காற்றில் கறைந்துபோகும் வார்த்தைகள் அவை: “நான் ஜெர்மனியின் மீது முழு நம்பிக்கை வைத்துள்ளேன்”. அதன் பிறகு வுட்ஸ் செயிஸ்-இன்கார்ட்டின் முகத்தை ஒரு கறுப்பு உரையால் மூடி அவரது கழுத்தைக் சுற்றி சுருக்குக் கயிற்றை அணிவித்தான். பின்னர் செயிஸ்-இன்கார்ட் நின்றுகொண்டிருந்த பலகையை வெடுக்கென்று இழுத்தான். செயிஸ்-இன்கார்ட் சிதைந்துபோன அந்த உலகின் முன்னிலையில் ஒரு குழிக்குள் தொங்கி தடாலென மறைந்து போனார்.

ஒரு துணிகர முயற்சி

ஆனால், நாம் இன்னமும் 16 பிப்ரவரி 1938இல் தான் இருக்கிறோம். ஒப்பந்தத்தைக் கையொப்பமிட கொடுக்கப்பட்ட கெடு காலாவதியாக சில மணிநேரங்களே எஞ்சி இருக்கும் போது அப்போதைய ஆஸ்திரிய அதிபர் மிக்ளாஸ் தன்னுடைய மாளிகையில் தன்னைத் தனிமைப்படுத்திக்கொண்டு தன் பங்கிற்கு அவரும் கைவிரித்துவிட்டார். டால்ஃபஸ்ஸைக் கொன்ற கொலை குற்றவாளிகள் அனைவருக்கும் பொதுமன்னிப்பு வழங்கப்பட்டது. செயிஸ்-இன்கார்ட் உள்துறை அமைச்சராக நிர்ணயிக்கப்பட்டார். SA படை லின்ஸ் (Linz) நகரத்தின் தெருக்களில் தன் பரந்த கொடிகளைப் பிடித்த வண்ணம் வளம் வந்தது. ஆவணங்களில் ஆஸ்திரியா குழித்தோண்டி புதைக்கப்பட்டு ஜெர்மனியின் நேரடி அதிகாரத்தின் கீழ் கொண்டுவரப்பட்டது. ஆனால் அதிர்ச்சியின் பிரதிபலிப்பையோ, கொடூர நிகழ்வுகளின் காட்சியையோ கண் களால் பார்க்க முடியவில்லை மாறாக அருவருப்பான கைங்கரியங் களும் துரோகமும் மட்டுமே தெரிந்தது. அதீத வன்முறையோ, மனிதத்தன்மையற்ற கொடூரமான பேச்சுகளோ இல்லை. வெறும் மிரட்டல், அதிரடி மிரட்டல், திரும்பத்திரும்ப பரப்பப்பட்ட கீழ்த்தரமான வதந்தி.

ஏனோ தெரியவில்லை !சில நாட்களுக்குப் பிறகு திடீரென்று ஷுஷ்நிக்கிற்குச் சுருக்கென்று கோபம் வந்தது. ஆஸ்திரியா மீது திணிக்கப்பட்ட இந்த ஒப்பந்தம் அவருடைய கழுத்தை நெரித்துக் கொண்டிருந்தது. கடைசியாக, கோபத்தின் கொந்தளிப்பில், ஆஸ்திரியா சுதந்திரமாகவே இருக்கும், இந்த ஒப்பந்தங்கள் நீண்ட காலம் நீடிக்காது என்று நாடாளுமன்றத்தில் அறிவித்தார். கதை இன்னும் மோசமாகிப்போனது. நாசிக் கட்சியின் ஆதரவாளர்கள் தெருவில் இரங்கி ஆர்ப்பாட்டம் செய்து பயத்தை விதைத்தனர். காவல்துறை தன் கரங்களைக் கட்டிக்கொண்டு வேடிக்கை பார்த்தது ஏனென்றால், செயிஸ்-இன்கார்ட் என்ற ஒரு நாசி உள்துறை அமைச்சராகி வெகுகாலமாகிவிட்டது.

அந்த வெறுப்பு நிறைந்த கூட்டத்தைவிட, அவர்கள் கைகளில் அணிந்திருந்த பட்டைகளைவிட, இராணுவப் பதக்கங்களைவிட மோசமானது என்று எதுவுமே இருக்க முடியாது. போலித்தனமான இலட்சியத்தில் சிக்கிக்கொண்டிருக்கும் ஒரு தலைமுறையின் மொத்த இளமை அது. அவர்களின் மொத்த சக்தியும் திறனும் மற்றவர்களை அச்சுறுத்தும் சாகசமொன்றில் விரையமாகிக்கொண்டிருந்தது. இந்த நேரத்தில்தான், ஆஸ்திரியாவின் குட்டி சர்வாதிகாரி ஷுஷ்நிக் தன்னுடைய கடைசி சீட்டை அந்த விளையாட்டில் பயன்படுத்தினார். அடடா! சீட்டு விளையாட்டில் ஒரு நிலைக்கு மேல் விட்டதையெல்லாம் திரும்ப எடுப்பது என்பது அசாத்தியமான ஒன்று என்பதை அவர் அறிந்திருக்க வேண்டும். கை மீறிப் போன அந்த நிலையில் நம் எதிராளி அவனிடமுள்ள சிறந்த சீட்டுகளை மேசைமீது வைத்துக்காட்டி மொத்தத்தையும் சுருட்டிக் கொண்டு செல்வதை வேடிக்கை பார்ப்பதைத் தவிர வேறு வழி இல்லை. ராணிகள், ராஜாக்கள், ஜோக்கர்கள் என எந்த எந்த சீட்டுகளையெல்லாம் நாம் ஆட்டத்தில் இழந்துவிடுவோமோ என்ற பயத்தில் சரியான தருணத்தில் வைத்து ஆட தவற விட்டோமோ அந்தச் சீட்டுகள் அனைத்தும் கை நழுவிச்செல்லும். ஏனென்றால் ஷுஷ்நிக் ஒரு வெற்று மனிதர். அவர் எந்த மதிப்பும் அற்றவர், நண்பர்கள் அற்றவர், எந்த நம்பிக்கைக்கும் தகுதியற்றவர். ஷுஷ்நிக்கிடம் எல்லா கெட்ட குணங்களும் உண்டு, அரசக் குடும்பத்திற்குரிய ஆணவம் மற்றும் பிற்போக்குத்தனமான அரசியல் கொள்கைகள். எட்டு ஆண்டுகளுக்கு முன்பு சில கத்தோலிக்கத் துணை இராணுவத்தைச் சேர்ந்த இளைஞர்களை வழிநடத்தி சுதந்திர தேவியின் சடலத்தின் மேல் நடனமாடியவர். இப்போது அவரைக் காப்பாற்ற அவள் ஓடோடி வருவாள் என்று எதிர்பார்க்க இயலாது! அவருடைய இருண்ட வாழ்வில் இனி ஒரு சூரிய கதிர்கூட உதிக்காது, ஒரு புன்னகைகூட அவருக்கென இந்தப் பிரபஞ்சத்தில் மலர்ந்து அவருடைய கடைசி கடமையை நிறைவேற்ற உறுதுணையாகாது. எந்த ஒரு உறுதியான வார்த்தையும் அவர் வாயிலிருந்து வரவில்லை, கடுகளவு கனிவும் அவர் இதயத்திலிருந்து கசியவில்லை, ஒரு துளி, ஒளிகூட அவர் முகத்தில் பிரகாசிக்கவில்லை. அவரது முகம் கண்ணீரின் கறைகளை காணப்போவதுமில்லை. ஷிஷ்நிக் ஒரு சீட்டுக்கட்டு விளை

யாட்டு வீரர். எதிலும் தப்புக்கணக்கு போடும் ஒரு கணித மேதாவி. தன் அருகாமையில் இருந்த ஜெர்மனியின் நேர்மையில் நம்பிக்கை வைத்தார், அவரிடமிருந்து பலவந்தமாகக் கையெழுத்து வாங்கப்பட்ட ஒப்பந்தத்திற்கு உண்மையாக ஜெர்மனி இருக்கும் என நம்பினார். இப்போது காலம் கடந்த பின்பு கோபப்படுகிறார். அவர் எள்ளி நகையாடிய தெய்வங்களையெல்லாம் இப்போது வேண்டுகிறார். உயிரற்ற ஒரு சுதந்திரத்தை மீட்க சிரிப்பூட்டும் சத்திய பிரமாணங்களைப் பிரகடனப்படுத்தினார். கண்முன்னே அவரை வெறித்துப் பார்த்தபடி நின்ற உண்மையை அவரால் ஏற்க முடியவில்லை. ஆனால், அந்த உண்மைதான் அவரை இப்போது நெருங்குகிறது, கோரமான முகத்துடன் தவிர்க்கமுடியாதபடி மிக அருகாமையில் இருக்கிறது. அவருடைய அனுசரணைகளின் இரகசிய வலி அவர் முகத்திலேயே காரி உமிழ்கிறது.

ஆற்று வெள்ளத்தில் மூழ்குபவன் கடைசியாகத் தன் கைகள் பிடிப்பதற்கு ஏதாவது கிட்டுமா என்று தேடுவதுபோல ஷுஷ்நிக் தன்னுடைய அரசாங்கத்தின் கீழ் நான்காண்டு காலமாகத் தடை செய்யப்பட்ட தொழிற்சங்கங்களின் உதவியையும், சமூக ஜன நாயகக்கட்சியின் துணையையும் நாடினார். வரவிருக்கும் ஆபத்தை உணர்ந்து சோசியலிசவாதிகளும் அவருக்கு உதவ முன்வந்தனர். அவசர அவசரமாக நாட்டின் சுதந்திரத்தைப் பற்றிய ஒரு கருத்துக் கணிப்பை நடத்த முற்பட்டார் ஷுஷ்நிக். அதன் பின்விளைவாக ஹிட்லரின் கோபம் கொழுந்துவிட்டு எரிய ஆரம்பித்தது. மார்ச் 11ஆம் தேதி, ஒரு வெள்ளிக்கிழமை, அதிகாலை ஐந்துமணியளவில் ஷுஷ்நிக்கின் அறை உதவியாளன், தனது வாழ்க்கையின் நீண்ட தினமொன்றைத் துவங்கப்போகும் தன் எஜமானனை எழுப்பி னான். தன் பாதங்களைத் தரையில் பதித்த ஷுஷ்நிக், சில்லிட்டுப் போகவே தன காலணிகளை அணிந்தார். மிகப்பெரிய ஜெர்மனிய படை ஒன்று ஆஸ்திரியாவை நோக்கி வருவதாக அவருக்கு அறி விக்கப்பட்டது. சால்ஸ்பூர்க் (Salzbourg) எல்லை மூடப்பட்டு ஜெர் மனிக்கும் ஆஸ்திரியாவுக்கும் இடையேயான இரயில் போக்கு வரத்து நிறுத்திவைக்கப்பட்டு இருந்தது. அடர்ந்த இருளில் அரவம் ஒன்று உள்ளே நுழைகிறது. வாழ்க்கையை வாழ்வதில் நாம் அடையும் சோர்வு தாளமுடியாத ஒன்று. ஷுஷ்நிக் திடீரென்று தான் முதுமை, அதீத முதுமை, அடைந்ததைப்போல உணர்ந்தார்.

ஆனால், அதைப் பற்றியெல்லாம் சிந்திக்க அவருக்கு நிறைய அவகாசம் கிடைக்க உள்ளது. ஆம், மூன்றாவது ரெய்ச்சின் அதிகாரத்தின் கீழ் ஏழு ஆண்டுகள் சிறை தண்டனை அனுபவிக்க உள்ளார். தான் கத்தோலிக்க துணை இராணுவத்தை உருவாக்கியது சரியா, தவறா என்பதைப் பற்றி சிந்திக்க ஏழு ஆண்டுகள். கத்தோலிக்கனாய் இருப்பது என்றால் என்ன என்பதைப் புரிந்து கொள்வதற்காக ஏழு ஆண்டுகள். அதோடு கத்தோலிக்கனாய் இல்லாமல் இருப்பது பற்றியும் புரிந்துகொள்ள, ஏழு ஆண்டுகள். கடைசியாக எது நித்தியம், எது சாம்பல் என்ற பாகுபாட்டை அறிந்துகொள்வதற்காக அந்த ஏழு ஆண்டுகள் பயன்படும். என்ன தான் சலுகைகளும், வசதிகளும் வழங்கப்பட்டாலும், சிறை வாசம் ஒரு சிறகற்ற வாசம்தான். அதன்படியே கூட்டணி படை களால் விடுவிக்கப்பட்ட பின்பு அமைதியான வாழ்வையே மேற் கொண்டார். நம்முள் ஒவ்வொருவருக்கும் இரண்டு வாழ்க்கை வாழ்வது சாத்யமாவது போல, மரணத்தை நெருங்கும் போது நம் கனவுகள் கலைவது போல, அந்த ஏழு ஆண்டு இருண்ட வாசத்தில் அவர் கடவுளிடம் “நான் உண்மையிலேயே யார்?” என்று கேட்க கடவுள் அவரிடம், “நீ முற்றிலும் வேறு ஒரு மனிதன்” என்று கூறியது போல முன்னாள் ஆஸ்திரிய அதிபர் அமெரிக்காவில் சென்று குடியேறினார். ஒரு முன்மாதிரி அமெரிக்க னாகவும், ஒரு முன்மாதிரி கத்தோலிக்கனாகவும், செயின்ட் லூயி என்ற ஒரு முன்மாதிரி பல்கலைக்கழகத்தில் ஒரு முன் மாதிரி பல்கலைக்கழக பேராசிரியராகவும் சேர்ந்தார். இன்னும் சொல்லப்போனால் சாவகாசமாக மேக்கிலுஹானுடன் (McLuhan) அவருடைய Gutenberg galaxy என்ற புத்தகத்தைப் பற்றி ஸூஸ்நிக் உரையாடியிருக்கக்கூடும்.

தொலைபேசியில் கழிந்த ஒரு நாள்

காலை பத்து மணி அளவில், பிரஞ்சு குடியரசின் அதிபர் ஆல்பர்ட் லெபரன் (Albert Lebrun) ஜுலேனியாஸ் (Julénias) என்ற திராட்சை மதுவின் விற்பனை பெயர் தொடர்பான அரசு அதிகார ஆணையில் கையொப்பமிட்டுக் கொண்டிருக்கும் சமயத்தில் *(11 மார்ச் 1938இல் அறிவிக்கப்பட்ட புகழ்பெற்ற அரசு ஆணை அது)*, ஜுலேனியாஸ் என்ற அந்தப் பெயரை ஏந்தி விற்பனை யாவதற்கு, இந்த எமிரின்ஜ்ஸ் (Émeringes) மற்றும் ப்ருஜிலி (Pruzilly) திராட்சை மதுக்களுக்கு தகுதி உண்டா என்று அவர் வியந்த வண்ணமிருக்கையில் அவரது பார்வை அவரது அலுவலகத்தின் ஜன்னல் கதவுகளின் மேல் விழுந்தது. அப்போது பெய்யத் தொடங்கிய மழையின் துளிகள் கண்ணாடி சாளரங்களில் வந்து மோதி நொறுங்க, முதன் முதலில் பியானோ வாசிக்க கற்றுக் கொள்பவன் வாசித்த இசைக்குறிப்பு போல இருந்தது அந்த ஒலி - இப்படி கவித்துவமாகச் சிந்தித்தபடி தான் கையொப்பமிட்ட ஆவணத்தை அருகில் ஒரு குப்பை மேடு போல் குவிக்கப்பட்டிருந்த மற்ற ஆவணங்களின் மேல் வைத்தார் ஆல்பர்ட் லெபரன். பின்னர் இன்னொரு ஆவணத்தை எடுத்தார், வரவிருக்கும் தேசிய லாட்டரி விற்பனைக்கான பட்ஜெட் தொடர்பான ஆவணம் அது. கிட்டத் தட்ட ஐந்தாவது அல்லது ஆறாவது முறையாக அப்படி ஒரு ஆவணத்தை அவர் அதிபர் ஆனதிலிருந்து கையொப்பமிடுகிறார். ஏனென்றால் சில சட்ட திட்டங்கள் சாலையோர மரங்களில் பறவைகள் திரும்பதிரும்ப வந்து அமர்வது போல ஆவணங்களின் ரூபத்தில் திரும்பதிரும்ப ஒவ்வொரு ஆண்டும் வந்து அதிகாரப் பதவியில் உள்ளவர்களின் மேசைகளின் மீது அமரும். அப்படி அந்தச் சாளரத்தின் சிறிய நுழைவுகளின் வாயிலாக நுழைந்து அறையில் பரந்து விரிந்திருந்த ஒளியில் தன் கவியுலகில் ஆல்பர்ட் லெபரன் ஆழ்ந்திருக்க, வியன்னாவில் அதிபர் ஷுஷ்நிக் அடால்ஃப் ஹிட்லரிடமிருந்து ஒரு கடைசி வாய்ப்பைப் பெறுகிறார். ஒன்று

அவர் ஆரம்பித்துவைத்த கருத்துக் கணிப்பை நிறுத்த வேண்டும் இல்லையென்றால் ஜெர்மனி ஆஸ்திரியாவை ஆக்கிரமிப்பு செய்யும். இதை தவிர வேறு பேச்சுக்கே இடமில்லை. யோக்கிய னாகத் தன்னைக் காட்டிக்கொள்ள ஷுஷ்நிக் கண்ட கனவு பலிக்க வில்லை. ஒப்பனையையும் வேஷத்தையும் கலைத்து தன் சுய உருவத்தை அணியவேண்டிய நேரம் வந்துவிட்டது. கடினமான நான்கு மணிநேரங்கள் கடந்தன. மதியம் இரண்டு மணி, தன் மதிய உணவைக்கூட மறந்த ஷுஷ்நிக் தன் கருத்துக்கணிப்பைக் கடைசியாக ரத்து செய்தார். அப்பாடா! நிலைமை முன்பு போல் மாறி அனைத்தும் நல்லபடியாகத் தொடரும்: தனுப் (Danube) நதிக் கரையில் காலாற நடக்கலாம், பாரம்பரிய இசையைக் காதார கேட்கலாம், வேண்டிய மட்டும் புரியாத வார்த்தைகளில் பேச லாம், தேமேல் (Demel) அல்லது சச்சேர் (Sacher) பேக்கரியில் உண்டு மகிழலாம்.

அதற்கு வாய்ப்பே இல்லை, இராட்சச மிருகத்தின் அகோரப்பசி இன்னமும் அடங்கவில்லை. இப்போது அது ஷுஷ்நிக்கின் ராஜினாமாவையும், அதை தொடர்ந்து அவர் இடத்தில் ஆஸ்திரிய அதிபராக செயிஸ்-இன்கார்ட்டின் நியமனத்தையும் கேட்டது. அதுதான் அதற்கு கண்டிப்பாக வேண்டும்! என்ன கொடுமை! இது நிற்காமல் தொடர்கிறதே! ஷுஷ்நிக் அவருடைய இளம் வயதில் முதலாம் உலகப்போரின் போது இத்தாலியில் சிறை வாசம் செய்த சமயத்தில் காதல் கதைகளைப் படிப்பதற்குப் பதிலாக கிராம்சியின் (Gramsci) எழுத்துகளைப் படித்திருக்க வேண்டும். அப்படி படித் திருந்தால் இந்த வரிகளை அவர் கண்டிப்பாக அறிந்திருப்பார்: "நீ எதிராளியிடம் விவாதிக்கும் போது அவன் இடத்திலிருந்து யோசி". ஆனால், ஷுஷ்நிக் எப்போதும் எவரிடத்திலுமிருந்தும் யோசித்தது இல்லை. அவர் செய்ததெல்லாம் பல ஆண்டுகளாய் முன்னாள் அதிபர் டால்ஃப்ஸ்ஸின் பூட்சு கால்களை நக்கியதும் அதன் பின்னர் டால்ஃபஸ்ஸைப் போலவே சீருடை அணிந்துகொண்டதும் தான். மற்றவர் இடத்திலிருந்து யோசிப்பது? அப்படியென்றால் என்ன அர்த்தம் என்றுகூட அறியமாட்டார் ஷுஷ்நிக். தொழிலாளர்கள் தாக்கப்பட்ட போது அவர்களின் இடத்திலிருந்து அவர் யோசிக்க வில்லை, கைதுசெய்யப்பட்ட தொழில் சங்க உறுப்பினர்களின் இடத்திலிருந்தும் யோசிக்கவில்லை, சித்திரவதை செய்யப்பட்ட

ஜனநாயகவாதிகளின் இடத்திலிருந்தும் யோசிக்கவில்லை. அப்படி இருந்தவர் இப்போது ஒரு இராட்சச மிருகத்தின் இடத்திலிருந்தா யோசிக்க போகிறார்? அவர் தயங்குகிறார். அவரிடம் எஞ்சியிருந்த கடைசி மணிநேரத்தின் கடைசி மணித் துளி அது. பின்னர் வழக்கம் போல் அவர் சரணாகதி அடைந்துவிட்டார். படை பலத்தையும் மதத்தையும் நம்பியவர், சட்ட ஒழுங்கையும் அதிகாரத்தையும் நம்பியவர் இந்த நிலையில் எதை சொன்னாலும் "சரி" என்றே தலையை ஆட்டத் தயாராக இருந்தார். கொஞ்சம் மிரட்டிக் கேட்டால் போதும் வளைந்தும் கொடுப்பார். என்ன கொஞ்சம் அதட்டிக் கேக்க வேண்டும் அவ்வளவுதான். சமூக ஜனநாயகவாதிகளை விடுதலை செய்யுமாறு கேட்டபோது திட்டவட்டமாக, 'முடியாது' என்றார். பத்திரிகை சுதந்திரத்திற்கும் தைரியத்துடன் 'முடியாது' என்றார், மக்களால் தேர்ந்தெடுக்கப்பட்ட பாராளுமன்றத்தைத் தொடர்ந்து நடத்துமாறு கேட்டதற்கு, 'முடியாது' என்று சொன்னார். வேலைநிறுத்த உரிமைக்கும், 'முடியாது' என்று சொன்னார். கூட்டங்கள் கூட்டுவதற்கான உரிமைக்கும், 'முடியாது' என்று சொன்னார். கடைசியாகத் தன் கட்சியைத் தவிர வேறு கட்சிகள் இருப்பதற்கும், 'முடியாது' என்றுதான் சொன்னார். ஆயினும் அத்தகைய மனிதனைத்தான் மிசூரி (Missouri) மாகாணத்தில் உள்ள மிகச்சிறந்த அமரிக்க பல்கலைக்கழகமான செயின்ட் லூயி (Saint Louis) அரசு அறிவியல் ஆசிரியராகப் பணியில் அமர்த்தியது. பொது ஜன சுதந்திரங்கள் அனைத்திற்கும், 'முடியாது' என்று சொன்ன அவருக்கு, அரசு அறிவியலைப் பற்றி ஏதோ ஓரளவு தெரியும் என்பது மறுக்க முடியாததுதான். தயக்கமான அந்தக் கடைசி மணித்துளி முடிந்தவுடன் - நாசி கூட்டம் அதிபர் மாளிகையினுள் நுழைந்தது. எதற்கும் வளைந்துகொடுக்காத ஷுஷ்நிக், 'முடியாது' என்ற வார்த்தையின் ஏகபோக உரிமையாளர், 'மறுப்பு' என்ற சொல்லின் சர்வாதிகார மறுஉருவம், ஜெர்மனியைப் பார்த்து மூக்கு வேர்க்க, கண்கள் கலங்க, தழுதழுத்த மிக பலவீனமான மெல்லிய குரலில், 'சரி' என்றார்.

கடைசியாகத் தனக்கு வேறு எதையும் செய்வதற்கான வழியே இல்லாமல் போனது என்று பின்னாளில் தனது நினைவுக் குறிப்பு களில் ஷுஷ்நிக் ஒப்புக்கொள்வார். அவரவர் பாணியில் தமக்குத் தாமே ஆறுதல் சொல்லிக்கொள்வதுதானே வழக்கம். ஆழ்மனதில்

நிம்மதியுடன் அதிபர் மாளிகைக்குச் சென்றார், மனதளவில் மிகவும் புண்பட்டிருந்தார். ஆனால், நிம்மதியுடன் இருந்தார். தன்னுடைய ராஜினாமா கடிதத்தைக் குடியரசு ஜனாதிபதி வில்ஹெல்ம் மிக்ளாஸிடம் நீட்ட ஜனாதிபதி மாளிகைக்குச் சென்றார். ஆனால், அங்கே ஒரு அதிர்ச்சி, மிக்ளாஸ், அந்த ஒரு சாதாரண தபால்காரரின் மகன், அலங்காரத்திற்காகவே ஜனாதிபதியாக வைக்கப்பட்டிருந்த அந்த மிக்ளாஸ். ஒப்புக்குச் சப்பாணியாக, ஆசைக்கு அவ்வப்போது விழாக்களின் போதும், பொது நிகழ்ச்சிகளின் போதும் டால்ஃபஸ் மற்றும் ஷுஷ்நிக் அருகில் நிற்பதில் மன நிறைவு கொண்ட அந்த மிக்ளாஸ், அந்தக் கையாலாகாத மிக்ளாஸ் ஷுஷ்நிக்கின் ராஜினாமாவை ஏற்க மறுத்தார். அட கருமாந்திரமே! கோரிங்கிற்கு தொலைபேசி அழைப்பு விடுக்கப்பட்டது. இந்த முட்டாள் ஆஸ்திரியர்களைக் கண்டாலே கோரிங்கிற்கு எரிச்சல். என்னை நிம்மதியாக இருக்கவிடுங்களேண்டா என்று சொல்லாத குறை தான். ஆனால், ஹிட்லரால் அப்படி லேசில் ஆஸ்திரியாவை விட முடியாது. மிக்ளாஸ் அந்த ராஜினாமாவை ஏற்றுக்கொண்டே ஆக வேண்டும் என்று இரண்டு கைகளிலும் தொலைபேசி ரிஸீவர்களை ஏந்தியபடி ஹிட்லர் கத்தி ஆணையிட வேண்டியதாயிற்று. இதில் சுவாரஸ்யமான ஒரு விஷயம் என்னவென்றால் அனைத்து பாரம் பரிய வழக்கங்களையும் தங்களின் கால்களில் போட்டு மிதிக்கும் இரக்கமற்ற கொடுங்கோலர்கள் சில நேரங்களில் சிறிய சம்பிர தாயங்களைகூட முறைப்படி நடத்தியே ஆக வேண்டும் என்று அடம்பிடித்து தாங்கள் செய்வது மிகச் சரியான ஒன்று என்று காட்ட முனைவதுதான். அதிகாரத்தைக் கொண்டிருப்பது மட்டுமே அவர்களுக்குப் போதுமானதாகாது. அவர்கள் படுகொலை செய்யும் அதே சட்ட நீதியின் சம்பிரதாயங்களைத் தங்களின் எதிரிகளைக் கொண்டே தங்களுக்குச் சாதகமான வழியில் நிறைவேற்றுவதில் ஒரு தனிப்பட்ட ஆனந்தத்தை அடைகின்றனர்.

மார்ச் 11ஆம் தேதியான அன்றைய தினம் உண்மையிலேயே ஒரு நீண்ட நாளாகத்தான் இருந்தது. டிக் டிக் டிக் என்று மிக்ளாஸ்ஸின் அலுவலக மேசைக்கு மேல் இருந்த சுவர் கடிகாரம் எதையும் சட்டை செய்யாமல் ஒரு மரத்தைத் துளைக்கும் வண்டுபோல தனது சிறிய பணியைத் தொடர்ந்தது. மிக்ளாஸ் அப்படி ஒன்றும் பெரிய பராக்கிரமசாலி எல்லாம் கிடையாது. டால்ஃபஸ் சர்வாதிகாரத்தை

ஆஸ்திரியாவில் கோலூன்றிய போது ஒன்றும் சொல்லாமல்தான் இருந்தார். அந்த மௌனத்திற்குப் பரிசாகத் தன்னுடைய அதிபர் பதவியைத் தக்கவைத்துக்கொண்டார். அரசியலமைப்பு சட்ட வரம்புகள் மீறப்பட்டபோதெல்லாம் மிக்ளாஸ் அதைத் தனிமையில் விமர்சித்ததாகக் கூறப்பட்டாலும், தனிமையில் விமர்சிப்பது என்பது வெகு சுலபமானது. ஆயினும் மிக்ளாஸ் ஒரு வித்தியாசமான மனிதர். ஏனென்றால் அந்த இக்கட்டான சூழலில், 11 மார்ச் அன்று மதியம் இரண்டு மணி அளவில், அனைவரின் உள்ளத்திலும் முதுகுத்தண்டை சிலிர்க்க வைக்கும் அச்சம் ஒன்று படர்ந்து கொண்டிருந்த அந்த வேளையில், ஷுஷ்நிக் 'ஆம்' என்ற வார்த்தையை மட்டுமே மீண்டும்மீண்டும் உச்சரித்துக்கொண்டிருந்த வேளையில் மிக்ளாஸ், 'இல்லை முடியாது' என்று சொல்லி துணிவுடன் மறுத்தார். ஆம் மூன்று தொழிலாளர் சங்கத்தை சேர்ந்தவர்களுக்கு மறுப்பு சொல்லாதவர், இரண்டு பத்திரிகை உரிமையாளர்களுக்கு மறுப்பு சொல்லாதவர், ஒரு சில சமூக ஜனநாயக கட்சியின் பாராளுமன்ற உறுப்பினர்களுக்கு ஒருபோதும் மறுப்பு சொல்லாத மிக்ளாஸ் ஹிட்லரிடம், 'முடியாது' என்று திட்டவட்டமாக சொன்னார். அபூர்வமான மனிதர் மிக்ளாஸ். வாயில்லா பூச்சியாக, வெறும் காட்சிப் பொருளாக, மறைந்து போன ஒரு குடியரசின் அதிபராகக் கடந்த ஐந்து ஆண்டுகளாக இருந்தவர் இப்படி திடீரென்று சீறி எழுந்தால் யார்தான் அதிர்ச்சி அடைய மாட்டார்கள். கனத்த முகமும், கைத்தடியும், கோட்டும் சூட்டும், உயரமான தொப்பியும், ஒரு மெல்லிய சங்கிலியின் முனையில் தொங்கும் சிறிய கடிகாரமும் கொண்டவருமான அவருக்கு, 'ஆம்' என்று சொல்ல தெரியவில்லை. ஒரு சாதாரண மனிதன் திடீரென்று தன்னுடைய மனதின் ஆழத்தில் இருந்து, ஆழ்கிணற்றில் விழுந்த ஒரு ஆணியையோ அல்லது ஒரு துரும்பையோ தேடி எடுப்பது போல, தன் துணிவைத் தேடி எடுத்து ஹிட்லரிடம் காட்டினார். பெரிய கொள்கைகளில்லாத ஒரு சாதாரண மனிதன், தன்நலமற்ற முட்டாள், தன் நெஞ்சை நிமிர்த்திக் காட்டுகிறார். ஐயகோ ! இது அதிக காலம் நீடிக்காது. ஆனாலும் ஆச்சரியப்படவைக்கிறது. அன்றய நாள் மிக்ளாஸ்ஸுக்கு ஒரு நீண்ட தினமாக அமையும்.

பல மணிநேர வலியுறுத்தல்களுக்குப் பிறகு முதல் முறையாக மிக்ளாஸ் விட்டுக்கொடுத்தார். நாசிகள் நிம்மதி பெருமூச்சு விட்டனர். ஆம் சிவப்பு கம்பளத்தின் மேல் தங்களுடைய பீரங்கி களுடன் வலம் வரும் நாசிகள், மிக்ளாஸ்ஸின் ஒப்புதலைப் பெற அவ்வளவு ஆசைப்பட்டனர். ஒருவழியாக "ஷுஷ்நிக் இப்போது ராஜினாமா செய்யலாம் நான் இதை பற்றி எனது முடிவை மீண்டும் மாற்ற மாட்டே" என்றார் மிக்ளாஸ். என்ன ஒரு தலைகீழ் மாற்றம்! மாலை ஏழரை மணி அளவில் மிக்ளாஸ், 'ஆம்' என்று சொன்னவுடனேயே, ஷுஷ்நிக் வரலாற்றுப் பக்கங்களில் இருந்து கிழிக்கப்பட்டவுடனேயே, ஒரு ஷாம்பெய்ன் பாட்டிலை உடைத்து செயிஸ்-இன்கார்ட்டின் பதவி ஏற்றத்தைக் கொண்டாட நாசிகள் முற்பட்டபோது நமது நண்பர் மிக்ளாஸ் அவர்களின் காதருகில் சென்று ஏழு முப்பத்து ஒன்றுக்கு சொன்னார்: அந்த எடுபிடி ஷுஷ்நிக் ராஜினாமா செய்வதற்கு மட்டும்தான் நான் 'ஆம்' என்று சொன்னேன், செயிஸ்-இன்கார்ட்டை அவரிடத்தில் அமரவைக்க நான், 'ஆம்' என்று சொல்லவில்லை. ஆம் செயிஸ்-இன்கார்ட்டைப் பதவியேற்க வைக்க முடியாது என்று திட்டவட்டமாகக் கூறிவிட்டார்.

மாலை எட்டு மணி ஆகிவிட்டது. அப்போதும் ஜெர்மனியர்கள், நமது பாடப்புத்தகங்களில் கூறப்படுவது போல, சர்வதேச நாடு களுக்கு கோபமூட்டும் வகையில் ஏதும் வெளிப்படையாகச் செய்துவிடக் கூடாது என்பதில் கவனமாக இருந்தனர் (சர்வதேச நாடுகளும் எந்த ஐயமும் இன்றி அமைதியாக இருந்தன). அப்படி ஒருபுறம் கவனமாக இருந்தபோதிலும் மிக்ளாஸ்ஸை மிரட்டி மிரட்டி சோர்வடைந்த ஜெர்மனியர்கள் கடைசியாக அத்துமீறிச் செயல்பட முடிவெடுத்தனர். செயிஸ்-இன்கார்ட் அதிபராகவில்லை என்றால் என்ன அவர் உள்துறை அமைச்சகராக இருந்தால்தானே நமக்கு ஆதாயம். அப்போதுதான் வெஹ்ர்மச்ட் (Wehrmacht) என்ற நாசி படையை எந்தவித அப்பட்டமான சட்ட ஒழுங்கு மீறல்களும் இன்றி ஆஸ்திரிய எல்லைகளைக் கடந்து உள்ளே வரவைக்க முடியும். ஆதலால் ஜெர்மனியர்களுக்கு உடனடியாக அவருடைய அழகிய தேசமான ஆஸ்திரியாவிற்குள் வருமாறு அதிகாரப்பூர்வ மான ஒரு அழைப்பை அவசர அவசரமாய் ஜெர்மனிக்கு அனுப்பு

மாறு செயிஸ்-இன்கார்ட் ஆணையிடப்பட்டார். ஆம் அவர் இப் போதைக்கு வெறும் மந்திரிதான். ஜனாதிபதி மிக்ளாஸ் அவரை அதிபராக்க மறுக்கும் காரணத்தால் நெறிமுறைகளைச் சற்றும் சட்டை செய்யாமல் சில விஷயங்களைச் செய்யவேண்டிய கட்டாயம். அரசியலமைப்பு சட்டத்தை ஆச்சாரமாய் மதித்து இது வரை ஒரு மண்ணும் ஆகவில்லை. இப்போதைக்கு சூழ்நிலை மட்டுமே என்ன செய்ய வேண்டும் என நிர்ணயிக்கிறது. அதை மீறும் சக்தி எதுவும் இல்லை.

செயிஸ்-இன்கார்டின் அழைப்பு ஜெர்மனியில் ஆவலுடன் எதிர் பார்க்கப்படுகிறது. நாசிகளிடம் ஆஸ்திரியாவுக்கு வந்து தங்களின் இரும்புக் கரங்களால் தனக்கு உதவுமாறு கேட்கும் அந்த ஒரு சிறிய தந்தி செய்தி எதிர்பார்க்கப்படுகிறது. மணி மாலை எட்டு முப்பதாகிவிட்டது இன்னும் ஒரு தகவலும் இல்லை. உடைத்த ஷாம்பெய்ன் மது கோப்பைகளில் ஆறிக்கொண்டிருக்கிறது. இட்ட கட்டளையை நிறைவேற்றாமல் அப்படி என்னதான் செய்துகொண் டிருக்கிறார் இந்த செயிஸ்-இன்கார்ட்? எப்படியாவது எல்லாம் சீக்கிரமாய் முடிந்துவிடும், அவர் தந்திச் செய்தியை விரைவாக அனுப்புவார், அதன் பிறகு இரவு உணவு அருந்த செல்லலாம் என நாசிகள் நம்பினார்கள். ஹிட்லர் தன் கட்டுப்பாட்டுக்குள் இல்லை. பல மணிநேரங்களாய், ஏன் நிஜத்தில் பல ஆண்டுகளாய் ஹிட்லர் காத்திருந்தது இதற்காகத்தான். காத்திருந்தது போதும் என்ற முடிவுக்கு வந்து எட்டு நாற்பத்தைந்திற்கு ஆஸ்திரியாவை ஆக்கிரமிக்க ஹிட்லரால் ஆணையிடப்பட்டது. செயிஸ்-இன்கார்ட்டின் அழைப்பு வந்தாலென்ன வரவிட்டாலென்ன! அந்த அழைப்பு அலட்சியப்படுத்தப்பட்டது! சட்டம், சாசனம், அரசிய லமைப்பு, உரிமை ஒப்பந்தம், என அனைத்தும் ஓரம் கட்டப் பட்டது. பருப்பொருளற்ற, தெளிவற்ற, பொத்தாம் பொதுவான புழு பூச்சிகளை போன்ற அந்த நெறிமுறைகள். மூவாயிரம் ஆண்டு களுக்கு முன்னதாக ஹம்முராபி (Hammurabi) என்ற மன்னனால் உருவாக்கப்பட்ட நெறிமுறைகள் அவை. அந்த ஹம்முராபியின் ஆசை நாயகிகள் ஒதுக்கப்பட்டார்கள். எந்தச் சட்ட உரிமைகளின் முன்னால் எல்லோரும் சமம் என்று சொல்லப்படுகிறதா அவை அனைத்தும் குப்பை போல் ஒதுக்கப்பட்டது. திறமையுடன் செய்து நிறைவேற்றப்பட்டஒரு லட்சியத்தைவிட வேறு ஆணித்தரமான

சட்ட உரிமை என்ன இருக்கிறது. ஆஸ்திரியா ஆக்கிரமிப்பு செய்யப்பட உள்ளது, அதுவும் அன்பால், காதலால் ஆக்கிரமிப்பு செய்யப்பட உள்ளது.

இவை அனைத்தும் ஒரு புறம் இருந்தாலும், ஆக்கிரமிப்பு தொடங்கிய பின்னர், என்ன இருந்தாலும் நமக்கு முறைப்படி ஒரு அழைப்பிதழ் இருந்தால் வேலை கச்சிதமாக நடக்கும் என்று நாசிகள் நினைத்தனர். உடனடியாக ஒரு தந்தி செய்தி ஜெர் மனியில் தயாரிக்கப்பட்டது. தாங்கள் எந்தத் தந்தி செய்தியை ஆஸ்திரியாவில் இருந்து பெற விரும்புகிறார்களோ அதை அவர் களே தயாரித்தார்கள். காதலில் இப்படி விசித்திரமான நிகழ்வு களும் உண்டு. சில காதலர்கள் தங்கள் காதலியிடம் இருந்து அவர்கள் பெற விரும்பும் காதல் கடிதத்தைத் தாங்களே அவளுக்கு எழுத சொல்லிக்கொடுப்பார்கள். மூன்று மணித் துளிகளுக்குப் பின்னர், செயிஸ்-இன்கார்ட் தான் ஹிட்லருக்கு எழுத வேண்டிய உரையைத் தந்திச்செய்தியாகப் பெற்றார். இப்படி ஒரு முன் னெச்சரிக்கையுடனும் முன்னேற்பாட்டுடனும் செயல்பட்டதால், அந்த ஆக்கிரமிப்பு வரலாற்று ஏடுகளில் ஒரு அழைப்பாகவே பதி வாயிற்று. ரொட்டித்துண்டு கிறிஸ்துவின் உடலாகவும், திராட்சை ரசம் அவரின் உதிரமாகவும் ஆக்கப்பட வேண்டியதாயிற்று. ஆனால், இன்னுமொரு அதிர்ச்சி காத்திருக்கிறது. அன்புக்குரிய செயிஸ்-இன்கார்ட் ஆஸ்திரியாவை பேரம்பேசி விற்க இன்னமும் தயாராக இல்லை. மணித்துளிகள் கடந்து சென்றாலும், தந்தி அவரிடமிருந்து வரவில்லை.

கடைசியாக, ஒரு நீண்ட விவாத பட்டிமன்றத்திற்குப் பின்னர் தன் கனத்த, களைத்த, வெறுத்துப்போன தோள்கள் மனக்கசப்பால் உயர்த்திய நம்முடைய மிக்ளாஸ் நட்ட நடு இரவில், அதிகார மையங்களை ஏற்கெனவே நாசிகள் கைப்பற்றிய நிலையில், செயிஸ்-இன்கார்ட் தந்தி செய்தியை இன்னமும் கையெழுத்திடாத நிலையில், வியன்னா நகரத்தில் பல வன்முறைகள் வெடித்துக் கொண்டிருக்க, கொலையும் செய்ய தயங்காத கலகக்காரர்களை, தீக்கிரையாக்கப்பட்ட கட்டடங்களை, கதறல்களை, இடிபாடுகள் நிறைந்த தெருவில் தலைமயிற்றால் பிடித்து இழுத்துச்செல்லப் பட்ட யூதர்களை, உலகின் மிகப்பெரிய ஜனநாயக தேசங்கள்

கண்டும் காணாமல் நிற்க, இங்கிலாந்து குறட்டைவிட்டு அமைதி யாகத் தூங்கிக்கொண்டிருக்க, பிரான்ஸ் இனிமையான கனவுகளில் மூழ்கியிருக்க, யாரும் அதைப்பற்றி கவலைப்படாத நிலையில், நம்முடைய மிக்ளாஸ் அவர்கள் வேண்டாவெறுப்பாக கடைசியாக செயிஸ்-இன்கார்ட்டை ஆஸ்திரியாவின் அதிபராக நியமித்தார். மிகப்பெரிய பேரழிவுகள் ஓசையற்ற காலடிகளுடன்தான் நம்மை பெரும்பாலான நேரங்களில் நெருங்குகின்றன.

டவுனிங் தெருவில் நடந்த ஒரு பிரியாவிடை மதிய விருந்து

அடுத்த நாள் லண்டனில் அன்றைய இங்கிலாந்தின் பிரதமரான ஷாம்பெர்லைன் (Chamberlain) ரிபென்ட்ரோப்பை ஒரு பிரியா விடை மதிய விருந்துக்காக அழைத்தார். இங்கிலாந்தில் பல ஆண்டுகள் பணிபுரிந்த பின்னர், ரெய்ச் அரசின் தூதர் இப்போது தான் பதவி உயர்வு பெற்றார். இனிமேல் அவர் ரெய்ச் அரசின் வெளியுறவுத்துறை அமைச்சர். ரிபென்ட்ரோப் தன்னுடைய பழைய வீட்டின் சாவியை ஒப்படைக்கவும், விடுமுறையைக் கழிக்கவும் லண்டனுக்குச் சில நாட்கள் மட்டுமே திரும்ப வந்திருந்தார். ஏனென்றால் இரண்டாம் உலகப்போர் நடப்பதற்கு முன்னர் லண்டனில் சில குடியிருப்புகளுக்கு உரிமையாளராக இருந்த ஷாம்பெர்லைன் தன் வீடுகளில் ஒன்றை ரிபென்ட்ரோப் பிற்கு வாடகைக்கு விட்டிருந்ததாகச் சொல்லப்படுகிறது. இந்தச் சாதாரண செயலால், மனிதனுக்கும் அவனது பிம்பத்திற்கும் உள்ள இந்த எதிர்மறை தொடர்பால், வீட்டுச் சொந்தக்காரர் என்று அழைக்கப்படும் நெவில் ஷாம்பெர்லைன் அவர்கள், வாடகை என்ற பெயரில் கிடைக்கும் ஒரு அற்ப வருமானத்திற்காக ஜோஷம் வோன் ரிபென்ட்ரோப்பிற்கு ஈட்டன் ஸ்கொயரில் (Eaton Square) இருந்த தன் வீட்டை அமைதியாக ஆண்டு அனுபவிக்க வழி வகுத்தார். இதன் பின்விளைவை யாரும் அப்போது அறிய மாட்டார். ஷாம்பெர்லைனிற்கு ஒவ்வொருமுறை வாடகை கிடைக்கும் போதும் இரண்டு துக்க செய்திகளும், இரண்டு எதிர் பாராத தாக்குதல்களும், கூடவே வரும். ஆனால், வியாபாரம் தானே வாழ்க்கை. அந்த விஷயத்தில் ஏதாவது ஏடாகூடமாக இருக்கக்கூடும் என்று எவரும் அப்போது யோசிக்கவில்லை. வீட்டை வாடகைக்கு விடுவதைப் பற்றி ரோமானியர்கள்கூட சட்டம் இயற்றி உள்ளனர். ரோமானியர்களின் சட்டத்தில் ஒரு சிறிய பகுதியாக இடம்பெறும் இந்த நடவடிக்கைக்கு எந்த ஒரு அர்த்தமும் அப்போது வழங்கப்படவில்லை. ஒரு சாதாரண

திருடன் அகப்பட்டால் அவன் மீது இல்லாததையும் பொல்லாத தையும் சேர்த்து பழி சுமத்தும் இந்த உலகம். நடந்த எல்லா உண்மைகளைப் பற்றி திடீரென்று அபரிமிதமாகப் பேசும். ஆனால், ஷாம்பெர்லைனைப் பற்றிய உண்மைகளைப் பேசும் போது கவனமாக இருக்க வேண்டும். அந்தக் குடும்பத்தினரைப் பற்றி நாகரிகத்துடன் பேசுவது மிக முக்கியம். ஷாம்பெர்லை னுடைய சமாதான அரசியல் ஒரு வருத்தத்திற்குரிய பிழை. அவர் வீட்டு உரிமையாளராக ஆற்றிய தொண்டு வரலாற்றில் ஒரு அடிக்குறிப்பாக மட்டுமே அங்கம் வகிக்கிறது.

விருந்தின் முதல் பகுதி வெளிப்படையான பேச்சுகளுடன் மிக நல்ல விதமாகவே நடந்தது. ரிபெண்ட்ரோப் தான் விளையாட்டு வீரனாக இருந்த காலத்தில் தனது வீரதீரச் செயல்களைப் பற்றி பேசினார். பிறகு தன்னைப் பற்றியே சற்று நகைச்சுவையுடன் பேசிவிட்டு, டென்னிஸ் விளையாடுவதில் உள்ள ஆனந்தத்தைப் பற்றிப் பேசினார். சர் அலெக்சாண்டர் கடோகன் (Sir Alexander Cadogan) அவர் பேசுவதையெல்லாம் அமைதியாகக் கேட்டுக் கொண்டிருந்தார். முதலில் டென்னிஸில் சர்விஸ் செய்வது பற்றி ஏனோதானோவென்று நீண்ட நேரம் பேசினார் ரிபெண்ட்ரோப். அதன்பின் ரப்பரால் செய்யப்பட்டு தோலால் போர்த்தப்பட்ட அந்தச் சிறிய பூகோளத்தைப் போன்று உருண்டையாக இருக்கும் டென்னிஸ் பந்தைப் பற்றியும் மற்றும் ஒரே விளையாட்டில் முடிந்து போகும் அதன் குறுகிய வாழ்வைப்பற்றியும் உருக்க மாகப் பேசினார். பின்னர் புகழ்பெற்ற பில் டில்டெனைப் பற்றி (Bill Tilden) பேசினார். அவர் சர்வீஸ் செய்யும்போது ஒரு அர்த்ததேவனே (demigod) நின்றுகொண்டிருப்பதுபோல இருக்கும் என்றார். 1920களில் அவர் தனி ஒருவராக டென்னிஸ் உலகை ஆண்டது போல வேறு யாரும் எதிர்காலத்தில்கூட ஆள முடியாது என்றார். ஐந்து ஆண்டுகள் தொடர்ச்சியாக டில்டென் ஒரு மேட்சில் கூட தோற்றதில்லை. மற்றும் டேவிஸ் (Davis) கோப்பையை ஏழு முறை தொடர்ச்சியாக வென்றுள்ளார். விளையாட்டில் அவர் தொடக்க பந்தை போடும்போது பீரங்கியிலிருந்து புறப்படும் குண்டுபோல பந்து வேகமாகச் செல்லும், அவரது உடலும் அதற்கென்றே செய்தது போல தோதுவாக இருக்கும்: உயரமாக, நெடுநெடு வென்று, அகன்ற மார்புடன், பெரிய கைகளுடனும் இருப்பார்.

ரிபென்ட்ரோப் தன்னுடைய ஆர்வம் குறையாத பேச்சை அறியப் படாத இரகசியங்களுடனும், விறுவிறுப்பான குறிப்புகளுடனும் மேலும் மெருகேற்றினார்; அதாவது டில்டென் தன்னுடைய விளையாட்டு துறையில் எண்ணற்ற சாதனைகள் புரிந்துகொண் டிருந்த முதல் சில ஆண்டுகளில் தன்னுடைய விரல்களில் ஒன்றை அறுவைச் சிகிச்சை மூலம் துண்டிக்க வேண்டியதாயிற்று. விளை யாட்டின் போது தெரியாமல் கம்பிகளில் சிக்கிய விரலை இழுத்துவிட்டார். ஆதலால் அறுவைச் சிகிச்சையின் மூலம் அந்த விரலை அகற்ற வேண்டியதாயிற்று. ஆனால் அந்த அறுவைச் சிகிச்சைக்குப் பின்னர் அவர் அதற்கு முன்பு ஆடியதைவிட மேலும் நன்றாகவே ஆடினார். இயற்கையின் படைப்பான அந்தச் சிறுவிரல் இத்தனை நாளாக அவருக்கு ஒரு இடைஞ்சலாகத்தான் இருந்தது போலும். நவீன மருத்துவச் சிகிச்சை அந்த இடைஞ்சலை அகற்ற அவருக்கு உதவியது என்றே சொல்லலாம். "எல்லாவற்றுக்கும் மேல், டில்டென் ஒரு நிபுணர்" என்று தன் உதடுகளை மேசை யிலிருந்த கைகுட்டையினால் துடைத்தபடி ரிபென்ட்ரோப் சொன் னார். 'காதலிக்கும் கலை' என்ற ஓவிடின் (Ovide) புத்தகத்தைப் போலவே 'புல்வெளியில் டென்னிஸ் விளையாடும் கலை' என்ற டில்டெனின் புத்தகம் டென்னிஸியல் துறைசார்ந்த சிந்தனைகளின் களஞ்சியம். இவை எல்லாவற்றிற்கும் மேலாக, டில்டெனின் குழந்தை பருவ நண்பர்கள் அவரை ரிபென்சனோப் (Ribbensnob) என்று செல்லமாய் அழைத்ததுதான் மிக உன்னதமான விஷயம். பில் டில்டென் ஒரு பதற்றமற்ற அமைதியான மனிதர், முற்றிலும் அமைதியான மனிதர். மேலும் நேர்த்தியானவர். அவரை பின் புறத்திலிருந்து பார்க்கும்போது மிக போற்றுதலுக்குரியவராகத் தெரிவார். தோற்றத்தில் அமைதியானவராக இருந்தபோதிலும் விளையாட்டு களத்தில் இறங்கிவிட்டால், அவர்தான் ராஜா, யாரும் அவரைத் தோற்கடிக்க முடியாது. அவர் நாற்பது வயதைக் கடந்த பின்னர், அவருடைய எதிராளிகள் பெற்ற வெற்றிகளால் கூட அவர் பிடித்த இடத்தைப் பிடிக்க முடியவில்லை. ஒரு மன்னனைப்போல கம்பீரத்துடன் அவர் விளையாடிய இடத்தை எவராலும் அடைய முடியாது. பின்னர் ரிபென்ட்ரோப் தன்னைப் பற்றியும், தன்னுடைய விளையாட்டைப் பற்றியும் சற்று பேசினார். சர் கடோகனுக்கு அந்த டென்னிஸ் கதைகளையெல்லாம் காது

கொடுத்து கேட்க முடியாமல் ஆளை விட்டால் போதும்டா சாமி என்றாகிவிட்டது. ஆனால், அவர் புன்னகையுடன் ரெய்ச் அரசின் மந்திரியின் பேச்சைக் கேட்டுக்கொண்டிருந்தார். ஷாம்பெர்லைன் அவர்களின் மனைவிகூட விருந்தில் முதல் பகுதியில் தெரியாமல் சிக்கிக்கொண்டு வேறு வழியில்லாமல் பணிவுடன் இந்தப் பேச்சு களைக் கேட்டு அவதிப்பட்டார். இப்போது ரிபென்ட்ரோப் தன் னுடைய இளம் வயதில் கனடாவில் தான் கழித்த நாட்களைப் பற்றி நினைவுகூர்ந்தார். வெள்ளை நிறத்தில் உடை அணிந்துகொண்டு காலணிகள் பழுதுபடும் என்றுகூட கவலைப்படாமல் அவரே பலமுறை வலிய சென்று தொடக்கபந்து வீச்சை செய்ததாகவும் சொன்னார். பேசிக்கொண்டிருக்கையில் ஒருமுறை எப்படி பந்து பறந்து சென்றது என்பதை எழுந்து நின்று நடித்துக்காட்டவும் செய்தார். அப்படிச் செய்கையில் ஒரு கண்ணாடி டம்ளரைக் கீழே போட்டு உடைத்திருப்பார். சரியான நேரத்தில் டம்ளரைப் பிடித்தமையால் அது தப்பியது. அது மற்றவர்களுக்கு என்னவோ ஒரு கேலி கூத்தாகத்தான் தெரிந்தது. மீண்டும் டில்டெனைப் பற்றி பேச ஆரம்பித்தார். அவரின் டென்னிஸ் ஆட்டத்தை 1920இல் பார்க்க வந்த பன்னிரண்டாயிரம் வேடிக்கையாளர்களைப் பற்றியும் பேசினார். அந்தக் காலத்தில் பன்னிரண்டாயிரம் வேடிக்கை யாளர்கள் என்பது ஒரு சாதனைதான். இன்றளவும். அது ஒரு ஆச்சரியப்படவைக்கும் எண்ணிக்கைதான். முக்கியமாக டில் டென் 'நம்பர் ஒன்' ஆகவே இருந்தார் என்று ரிபென்ட்ரோப் திரும்பத்திரும்பச் சொன்னார். நீண்ட நாட்களாகவே அவர் 'நம்பர் ஒன்' ஆகவே இருந்தார். அப்பாடா சாப்பாடு வந்துவிட்டது, கடவுள் கருணை காட்டிவிட்டார்.

விருந்தின் தொடக்கத்தில் முலாம்பழமும் ஐஸ்க்ரீமும் பரி மாறியிருந்தனர். ரிபென்ட்ரோப் கண்ணை மூடிக்கொண்டு தன் னுடைய பங்கை விழுங்கினார். உணவின் முக்கிய பகுதியாக திராட்சை ரசத்தில் வேகவைத்த கோழிக்கறியைப் பரிமாறினர். அந்தச் சமயத்தில் ஒருவேளை ரிபென்ட்ரோப்பையும் கடோக னையும் கிண்டல் செய்வதற்காக சர்ச்சில் மீண்டும் விட்டுப்போன பில் டில்டெனின் கதையைத் தொடர்ந்தார். பில் டில்டென் ப்ராட்வெ (Broadway) நாடக கம்பெனியில் நடிகராக வேலை பார்த்ததும், அதோடு 'அமானுஷ்ய சாலை' (The Phantom Drive),

மற்றும் பெயர் சரியாகத் தெரியாத இன்னொரு புதினம் என இரண்டு மிக மோசமான புதினங்களை அவர் எழுதியதையும் அறிவீர்களா? என்று கேட்க ரிபென்ட்ரோப்பிற்கு அதைப் பற்றி ஒன்றும் தெரியவில்லை. அதுமட்டுமின்றி டில்டெனைப் பற்றி பல விஷயங்கள் அவருக்குத் தெரியவில்லை.

இவ்வாறு விருந்து தொடர ரெய்ச் அரசின் தூதுவர் ஆசுவாச மாகவும் இயல்பாகவும் காணப்பட்டார். ஹிட்லரின் கவனம் அவரின் பக்கம் திரும்ப அவருடைய அந்த இயல்பும், நயமும், பண்பும்தான் காரணம். முக்கியமாக நாசிக்கட்சியில் இருந்த கொள்ளைக்காரர்களுக்கும் குற்றவாளிகளுக்கும் மத்தியில் அவ ருடைய அந்த நேர்த்தியும் பண்பும் தனியாகவே தெரிந்தன. வெளிப்புறமான அந்த உயர்ந்த நாகரிகமும் அதற்குப்பின்னால் இருந்து கனகச்சிதமாக அதனுடன் பொருந்திய அவருடைய பணிவும் விசுவாசமும் அவரை வெளியுறவுத்துறை அமைச்சரின் நிலைக்கு உயர்த்தியது. அனைவரும் ஆசைப்படும் ஒரு பதவி அது. அந்த மார்ச் 12 1938இல் டவுனிங் வீதியில் வாழ்வின் உச்ச நிலையில் இருந்த அவர் ஒரு காலத்தில் பொம்மரி (Pommery) மற்றும் மம் (Mumm) என்ற இரண்டு வகை ஷாம்பைன்களை இறக்குமதி செய்பவராகத்தான் தன் தொழிலைத் தொடங்கினார். ரெய்ச் அரசாங்கத்திற்கு ஆதரவாகப் பிரச்சாரம் செய்ய அவர் இங்கிலாந்திற்கு ஹிட்லரால் அனுப்பப்பட்டார். அத்தோடு அந்தப் பயணத்தின் போது சில பெரிய மனிதர்களின் கருத்துகளையும் அவர்களின் நிலைப்பாடுகளைப்பற்றிய விவரங்களையும் சேகரித்து வருவதும் அவருடைய வேலை. அத்தகைய கடினமான சூழ லிலும், ஆங்கிலேயர்கள் நமக்கு எதிராக எதையும் செய்யும் நிலையில் இல்லை என ரிபென்ட்ரோப் ஹிட்லருக்குத் தொடர்ந்து உறுதியளித்தார். ஹிட்லரின் கொடூரத்தனத்திற்கும், அகங்காரத் திற்கும் ஜால்ரா போட்டு போட்டு துணிச்சலான முடிவுகளை எடுக்க ரிப்பேன்ட்ரோப் எப்போதும் ஹிட்லரை ஊக்குவித்தார். இப்படித்தான், “ஷாம்பைன் வியாபாரி” என்று ஹிட்லராலேயே அவரின் முதுகுக்குப் பின்னாலேயே அழைக்கப்பட்ட அந்த மனிதர் ஒவ்வொரு படியாக ஏறி நாசிச புகழின் உச்சியை அடைந்திருந்தார். இது போன்றுதான் மனித சமுதாயத்தினை நாசம் செய்பவர்கள் மத்தயில்கூட பாரபட்சங்களும், முன்மதிப்பீடுகளும் விடாமல் தொத்திக்கொள்கின்றன.

சரியாக விருந்தின் நடுவில், சர்ச்சில் தன்னுடைய நினைவுக் குறிப்புகளில் இதைப்பற்றி கூறுகிறார், வெளியுறவுத்துறை அலுவலகத்திலிருந்து ஒரு ஊழியர் தன்னை அறிமுகப்படுத்திக் கொண்டு அவர்களின் முன் வந்து நின்றார். ஒருவேளை அவர்கள் கோழிக்கறியின் கடைசித் துண்டை உண்ண முனைந்த போதோ, பாலாடைக்கட்டி பண்டங்களை ருசிக்க முனைந்தபோதோ, Tarte au shion என்ற பிரஞ்சு வெண்ணெய் ரொட்டியை இருநூறு கிராம் மைதாவும், இருநூறு கிராம் வெண்ணையும், ஒன்றிரண்டு முட்டைகளையும், ஒரு சிட்டிகை உப்பும், தேவையான அளவு சர்க்கரையும், இவற்றுடன் ஒரு கால் லிட்டர் அளவு பாலையும், சிறிது ரவையையும், தண்ணீரையும் சேர்த்து, அதனை வேகவைக்க வேண்டிய நேரமும், அதனை எப்படி அலங்கரிப்பது என்பதைப் பற்றியும் நீங்களே தெரிந்துகொள்ளுங்கள், அவர்கள் சுவைக்க முனைந்தபோதோ அந்தச் சம்பவம் நிகழ்ந்திருக்கலாம். ஏனென்றால் டவுனிங் வீதியில் அதிகமாக பிரஞ்சு பண்டங்களைச் சமைப்பார்கள்.

அன்றைய இங்கிலாந்தின் பிரதம மந்திரி நெவில் ஷாம்பெர்லைனுக்கு அங்கே சாப்பிடுவதென்றால் அலாதிப் பிரியம். அது மட்டுமின்றி அரசியலில் இந்த அளவு உணவுக்கு முக்கியத்துவம் ஏன் வழங்கக் கூடாது? பண்டைய காலத்தில் ரோமானிய சட்ட சபையில் மீன் குழம்பு எப்படி வைப்பது என்று பல மணிநேரங்கள் விவாதிக்கப்பட்டதாக மாண்புமிகு வரலாற்றின் அறியப்படாத பக்கங்கள் கூறுகின்றன. அப்படித்தான் ஒரு முறை சுவைத்து விட்டு மறுமுறை உணவை வாய்க்கு எடுத்துச்செல்லும் அந்த இடைவெளியில் அந்த வெளியுறவுத்துறை ஊழியர் ஒரு கடித உரையை சர் கடோகன் முன் நீட்டினார். ஒரு அசௌகரியமான அமைதி அங்கே நிலவியது. சர் கடோகன் மிக கவனமாக அதைப் படிப்பதுபோல் காணப்பட்டார். மெதுவாக மற்றவர்கள் பேச்சுக்கொடுக்க ஆரம்பித்தனர். ரிபென்ட்ரோப் எதுவும் நடக்காததுபோல் கட்டிக்கொண்டார். இரண்டு, மூன்று முறை உணவு விடுதியின் பெண் உரிமையாளரிடம் சமையல் பிரமாதம் என்று புகழ்ந்தார். அந்தக் கணத்தில் தான் கடோகன் எழுந்து அந்தக் கடிதத்தை ஷாம்பெர்லைனிடம் நீட்டினார். அந்தக் கடிதத்தைப் படித்த கடோகன் ஆச்சரியத்துடனோ அல்லது

அதிர்ச்சியுடனோ தென்படவில்லை. ஆனால், அவர் சிந்தனையில் ஆழ்ந்திருந்தது உண்மை. ஷாம்பெர்லைனும் அந்தக் கடிதத்தைப் படித்தார். படித்த பிறகு அவர் முகத்தில் கவலை தெரிந்தது. இதற்கிடையில் ரிபென்ட்ரோப் அவருடைய உளறல்களைத் தொடர்ந்துகொண்டிருந்தார். ஸ்ட்ராபெர்ரி பழங்களைக் கொண்டு செய்த இனிப்பு உணவைப் பரிமாறினர். பிரஞ்சு சமையலின் அரசர் என போற்றப்படும் எஸ்கோபியர் (Escoffier) அவர்கள் செய்வது போலவே தயாரிக்கப்பட்டிருந்தது அந்தப் பண்டம். சொர்க்கத்தைச் சுவைப்பது போல் இருக்கும். அதை அனைவரும் ஆர்வத்துடன் உண்டனர். கடோகன் தான் கொடுத்த கடிதத்தை மீண்டும் பெற்றுக்கொண்டு தன்னுடைய இடத்தில் அமர்ந்தார். அந்தக் கணத்தில் சர்ச்சில் தன்னுடை வேட்டை நாய் கண்களில் ஒன்றை மேலும் பெரிதாக்கி உற்று நோக்கியபோது ஷாம்பெர் லைனின் நெற்றியில் கண்களுக்கு இடையில் ஒரு மடிப்பு ஏற் பட்டிருப்பதைக் கவனித்தார். விஷயம் விபரீதமானதாகத்தான் இருக்கக் கூடும் என்பதை உணர்ந்தார். ரிபென்ட்ரோப்போ எதையும் கண்டுகொள்ளவில்லை. இப்போதைக்குத் தான் மந்திரி ஆகிவிட்டதைக் கொண்டாடும் மனநிலையில் மட்டுமே உள்ளார். ஷாம்பெர்லைனின் துணைவியாரின் வேண்டுதலுக்கு இணங்கி விருந்தினர் அனைவரும் கூடத்திற்கு வந்தனர்.

அங்கு அனைவருக்கும் காபி பரிமாறப்பட்டது. அப்போது ரிபென்ட்ரோப் பிரஞ்சு வைன்களைப் பற்றிப் பேச ஆரம்பித்தார். அவர்தான் அதில் கைதேர்ந்தவராயிற்றே. மற்றவர்களுக்குச் சலிப்புத்தட்ட வைக்கும் அளவிற்கு நீளமாகப் பேசினார். அப்படிப் பேசி எதை நிரூபிக்க விரும்புகிறார் என்றுதான் யாருக்கும் தெரியவில்லை. கண்ணுக்குத் தெரியாத மதுக் கோப்பைகளால் ஆன ஒரு பிரமிட்டின் மீது உச்சியில் வைக்கப்பட்டிருந்த ஒரு மதுக் கோப்பையைத் தன் கைகளில் பிடித்து எடுத்து பெருமையுடன் பேச ஆரம்பித்தார். அந்தக் கோப்பை சில்லென்று இருந்தது, அதிலிருந்த ஷாம்பைன் அருந்துவதற்கு ஏற்றதாகச் சரியாக ஆறு டிகிரி செல்ஸியஸ்ஸில் இருந்தது. இனிப்புப் பண்டங்களை வெட்ட பயன்படுத்தும் கத்தியால் அந்தக் கண்ணாடி கோப்பையை மெது வாகத் தட்டி, டிங் டிங் டிங் என்று ஒலியெழுப்பி அனைவரது கவனத்தையும் ஈர்த்தார். தன் தலையை ஆமோதிப்பதுபோல்

ஆட்டி புன்னகைத்தார். வெளியே மழை பெய்திருந்தது, மரங்கள் தொப்பலாக நனைந்து மழைநீர் வடிந்த பின்னர் நடைபாதைகள் ஈரத்தில் மின்னிக்கொண்டிருந்தன.

ஷாம்பெர்லைன் குடும்பத்தினர் கிளம்ப முற்பட்டு அதை வெளிப்படையாகச் சொல்லமுடியாமல் நாசூக்காகச் சொல்ல முயன்றனர். ஐரோப்பாவின் ஒரு சக்தி வாய்ந்த மந்திரி நடத்தும் அந்த விருந்தைச் சுருக்கி முடிப்பது என்பது அவ்வளவு எளிதான காரியம் அல்ல. அதற்குச் சமயோசிதமும் அதற்கான தகுந்த சந்தர்ப்பமும் தேவை. விரைவில் ஷாம்பேர்லைன் மற்றும் அவரது மனைவிக்கு இடையே நடக்கும் மர்மமான பரிபாஷையை மற்ற விருந்தினர்களும் கவனிக்க ஆரம்பித்தனர். அந்த இரகசிய பேச்சுப் பரிவர்த்தனையில் கடோகன், சர்ச்சில், சர்ச்சிலின் மனைவி என மேலும் பல கதாபாத்திரங்கள் இணைந்துகொண்டனர். முதலாவதாக ஒரு குழுவினர் விடைபெற்றுக்கொண்டு வெளியேறினர். ஆனால், ரிபென்ட்ரோப் குடும்பத்தினர் எந்தவித சங்கோஜத்தையும் உணராமல் நட்டுவைத்ததுபோல் அங்கேயே நின்றனர். முக்கியமாக ரிபென்ட்ரோப்பிற்கு இந்தப் பிரியாவிடை உபச்சாரம் போதையையும் அடிப்படை இங்கிதம் தெரியாத மந்த புத்தியையும் அவருள் புகுத்திவிட்டது. அனைவரும் அவை அடக்கம் காரணமாக தாங்கள் பொறுமை இழந்துகொண்டிருப்பதை வெளியே காட்டிக்கொள்ளாமல் இருந்தனர். கண்டிப்பாக ஒரு கௌரவத்திற்குரிய விருந்தாளியைக் கழுத்தைப் பிடித்து வெளியே தள்ள முடியாது. ஆனால், விருந்து முடிந்து கிளம்பும் நேரம் வந்துவிட்டது என்பதை அவராகவே உணர்ந்து தன்னுடைய மேலங்கியை அணிந்து ஸ்வஸ்திக் சின்னம் பொறிக்கப்பட்ட தன்னுடைய மெர்சடீஸ் காரில் ஏறி மறைய வேண்டும்.

ஆனால், ரிபென்ட்ரோப் எதையும் உணரவில்லை, சுத்தமாக எதையும் உணரவே இல்லை. தொடர்ந்து வாயடித்தார். அவர் மட்டும் போதாது என்று அவருடைய மனைவியும் ஷாம்பெர்லைனின் மனைவியுடன் மிக சுவாரசியமாகப் பேச ஆரம்பித்தார். சூழல் யதார்த்தத்தைக் கடந்து சென்றது. விருந்தை அளித்தவர்களே மெதுவாக இருமி தொண்டையைச் செருமியபடி தங்களின் அசௌகிரியத்தை வெளிப்படுத்தினர். அது வெளிப்படையாகச் சொல்வதுபோல் இல்லை என்றாலும் அதன் உள்அர்த்தத்தை

உணரும் நாகரிகம் உள்ளவர்களுக்கு அது உடனடியாகப் புரியும். அத்தகைய தருணங்களில் நாம் தான் முட்டாளா? அல்லது நாம் தான் நாகரிகம் தெரியாதவரா? நம்முடைய வெளிப்படையான அசௌகரியத்தை எதிரிலிருப்பவர் உணருகிறாரா? என்று நமக்கு நாமே கேட்டுக்கொள்வோம். ஆனால், அப்படி எல்லாம் ஒன்றும் கிடையாது. நமது உடலில் மூளை ஒரு விசித்திரமான உறுப்பு, சில நேரங்களில் அதில் ஓடும் எண்ண ஓட்டங்களைக் கண்களின் வழியே கசிய விடாமல் இறுக்கமாக இருக்கும். நுட்பமான சைகைகளின் வழியாக நாம் வெளிப்படுத்தும் எண்ணங்கள் மற்றவர்களின் மூளையைச் சென்று அடைவதும் இல்லை. நம் உடல் முழுவதும் ஒரு கட்டுப்படுத்த முடியாத கவிதையாக மாறி சுவாலைகளுடன் எரிந்தாலும், அந்தக் கவிதையின் ஒரு வார்த்தைகூட புரியாதவராய் நிற்பர் நம் அருகில் இருக்கும் மனிதர்கள்.

சட்டென்று ஷாம்பெர்லைன் ரிபெண்ட்ரோப்பைக் குறுக்கிட்டு பேசினார்: “என்னைத் தயவுகூர்ந்து மன்னியுங்கள் ஒரு முக்கிய அலுவல் என்னை அழைக்கிறது”. அப்படிச் சொன்னது சற்று முகத்தில் அடித்தாற்போலதான் இருந்தது, இருப்பினும் கடையைக் கட்டி அங்கிருந்து வெளியேற ஷாம்பெர்லைனுக்கு வேறு வழி தெரிய வில்லை. எல்லோரும் எழுந்து நின்றனர், பெரும்பாலான விருந் தினர்கள் விருந்தளித்தவர்களுக்கு நன்றி தெரிவித்துவிட்டு விடை பெற்றனர். ஆனால், ரிபெண்ட்ரோப் குடும்பத்தினரோ எஞ்சியிருந்த கொஞ்ச மனிதர்களுடன் அங்கேயே காலம் கடத்தினர். மேலும் நீண்ட பேச்சுகள் தொடர்ந்தன. விருந்தின் போது சில கண்களுக்குத் தெரியாமல் அவர்களின் கைகளுக்கிடையே மாயமாக இடமாறி ஷாம்பெர்லைனும் கடோகனும் படித்த அந்தக் காகிதப்பிசாசைப் பற்றி அந்தக் கடிதத்தைப் பற்றி யாருமே பேசவில்லை. அப்படி அறிந்திருந்தால் அதில் என்ன எழுதியிருந்தது என்பதை அனைவரும் ஆவலுடன் அறிய முற்பட்டிருப்பர். அப்படி என்னதான் இருந்தது அந்த மர்மமான கடிதத்தில்? கடைசியாக ஒவ்வொருவராய் அனை வரும் கழன்றுகொண்டனர். ஆனால், அதற்குள் தான் சொல்லவந்த அனைத்து செல்லாகதைகளையும் எப்படியோ சொல்லி முடித்தார் ரிபெண்ட்ரோப். மாஜி நாடக நடிகரான அவர், தன்னுடைய இரகசிய கதாபாத்திரங்களில் ஒன்றைச் சரித்திரத்தின் மிகப் பெரிய மேடைக்காட்சி ஒன்றில் அரங்கேற்றிக்கொண்டிருந்தார். முன்னாள்

கோல்ஃப் விளையாட்டு வீரர், வயலின் வித்துவான், பனிச்சறுக்கு விளையாட்டு வீரர் என அனைத்தும் தெரிந்த சகலகலா வல்லவர் ரிபென்ட்ரோப். ஆம் அனைத்தும் தெரிந்தவர். அப்படித்தான் ஒரு சம்பிரதாயமான விருந்தின் நேரத்தைக் காலவரையின்றி முடிந்த வரை நீடிக்கவும் தெரிந்திருந்தார். ஒரு வேடிக்கையான மனிதர் அவர். முட்டாள்தனமும் சாதுர்யமும் கலந்த ஒரு அபூர்வக்கலவை அவர். அவர் ஃபியூரெருக்கு எழுதிய கடிதங்களில் பல இலக்கணப் பிழைகளைச் செய்ததுண்டு. அவ்வாறு செய்தபோதெல்லாம், அப்போதைய வெளியுறவுத்துறை அமைச்சரான வோன் நொரொத் (von Neurath) வேண்டுமென்றே அந்தப் பிழைகளை மிக கவனத்துடன் சரிசெய்யாமல் ரிபென்ட்ரோப்பின் பெயரைக் கெடுப்பதற்காக, அந்தக் கடிதங்களைப் பிழையுடன் ஃபியூரருக்கு அனுப்புவார்.

கடைசியாக வந்த விருந்தினர்கள்கூட சென்றுவிட்டனர். இப் போதுதான் ரிபென்ட்ரோப் தம்பதியினர் கிளம்ப ஆரம்பித்தனர். வண்டி ஓட்டுபவர் காரின் கதவைத் திறந்துவிட ரிபென்ட்ரோப்பின் மனைவி தன்னுடைய கவுனைத் தரையில் படாமல் கவனமாக சற்று உயர்த்தி பிடித்துக்கொண்டு காரில் ஏறினார். அவரைத் தொடர்ந்து ரிபென்ட்ரோப்பும் ஏற கார் கிளம்பிச்சென்றது. அவர்கள் சென்றவுடன் அனைவரின் முகத்திலும் அப்பட்டமாக ஒரு நிம்மதி தெரிந்தது. அனைவரின் முன்னிலையிலும் தாங்கள் திறமையாக ஆடிய நாடகத்தை எண்ணி ரிபென்ட்ரோப் குடும்பத்தினர் வாய் விட்டு சிரித்தனர். வெளியுறவுத்துறை ஊழியர் கொண்டுவந்த கடிதத்தைப் படித்ததும் ஷாம்பெர்லைனின் முகம் வாடியதையும் பேயடித்தாற்போல மாறியதையும் அவர்கள் நன்கு அறிவர். அது மட்டுமின்றி அந்தக் கடிதத்தில் என்ன எழுதியிருந்தது என்பதையும் ரிபென்ட்ரோப் குடும்பத்தினர் நன்கு அறிவர். அவர்களின் முக்கிய குறிக்கோளாக இருந்தது ஷாம்பெர்லைனையும் அவரது சக ஊழியர் களையும் உடனடியாக அங்கிருந்து போகவிடாமல் முடிந்தவரை அவர்களின் நேரத்தைக் கடத்துவதுதான். அதனால்தான் ரிபென்ட்ரோப் குடும்பத்தினர் விருந்தையும், அதன் பின் தொடர்ந்த காபியையும், கூட்டத்தில் நடந்த கலந்துரையாடல்களையும் முடிந்த வரை முடிவற்றதாக நீடித்தனர். விருந்தின் போது டென்னிஸைப் பற்றி பேசிக்கொண்டிருந்ததாலும், இனிப்புகளை ரசித்து

சுவைத்துக்கொண்டிருந்ததாலும், ஷாம்பெர்லைனால் அந்த அவசரத் தேவையைக் கவனிக்க முடியவில்லை. ரிபென்ட்ரோப் குடும்பத்தினர் சாம்பேர்லனின் அளவுகடந்த பணிவையும் மரி யாதையும் தங்களுக்குச் சாதகமாகப் பயன்படுத்திக்கொண்டனர். அந்த அளவுகடந்த பணிவு முட்டாள்தனமானது என்றுகூட சொல்ல லாம். ஏனென்றால் ஒரு விருந்தாளிக்காக தன் தாய்நாட்டிற்கான சேவையைக்கூட செய்யவிடாமல் ஷாம்பெர்லைனைத் தடுத்து விட்டனர் ரிபென்ட்ரோப் குடும்பத்தினர். அதாவது அந்த வெளி யுறவுத்துறை ஊழியரால் கொண்டுவரப்பட்ட, அங்கு நடந்த விருந்தை போல அதன் மர்மமும் நீடிக்கப்பட்ட அந்தக் கடிதம் ஒரு பயங்கரமான செய்தியை சுமந்து வந்தது: ஜெர்மனிய படைகள் ஆஸ்திரியாவினுள் நுழைந்துவிட்டன என்பதுதான் அந்த செய்தி.

பிளிட்ஸ்க்ரைக் (Blitzkrieg) எனப்படும் அதிரடித் தாக்குதல்

மார்ச் 12ஆம் தேதியின் காலை வேளையில் ஆஸ்திரியர்கள் அமைதியற்று படபடப்புடனும், அநாகரிகமான சந்தோஷத் துடனும், நாசிகளின் வருகையை எதிர்நோக்கிக்கொண்டிருந்தனர். அந்த நிகழ்வின் போது எடுக்கப்பட்ட படக்காட்சிகளில் பல மனிதர்கள் ஒரு கடையின் முன் நின்றுகொண்டும், பொருட்களை விற்பனை செய்யும் ஊர்திகளுக்கு அருகில் சென்றும் நாசிகளின் கட்சி சின்னமான ஸ்வஸ்திக் வரைந்த சிறிய கொடி இருக்கிறதா என்று கேட்பதை இன்றளவும் நாம் காண முடியும். எங்கு பார்த்தாலும் மக்கள் கூட்டம் தங்களின் கால் கட்டைவிரலில் நின்றுகொண்டு எட்டிப் பார்க்க முயல்வதாய் இருந்தனர். கட்டட விளிம்புகளில் தொற்றிக்கொண்டும், தெரு விளக்கு கம்பங்களில் ஏறிக்கொண்டும், நாசிகள் வருவதைத் தொலைவில் இருந்தே பார்க்க வேண்டும் என்ற முனைப்பில் அவர்கள் ஒரு இடத்தையும் விட்டுவைக்கவில்லை. ஆனால், ஜெர்மனியர்கள் அவர்களைக் காக்க வைத்தனர். காலை கடந்தது, மதியமும் கரைந்தது... ஒன்றுமே புரியவில்லை: பின்னர் சில கணங்களில் வண்டிகள் வரும் சத்தம் அந்தப் பகுதியை முற்றிலும் நிரப்பியது, கொடிகள் ஆடிக்கொண்டு நகர்ந்தன, முகங்களில் புன்னகைகள் மலர்ந்தன. "அவர்கள் வந்து விட்டார்கள்! அவர்கள் வந்துவிட்டார்கள்!" என எங்கு பார்த் தாலும் ஒரே கூச்சல். பிதுங்கி அகன்று விரிந்த பல விழிகள் காலி யான தார்ச்சாலையையே உற்றுப் பார்த்துக்கொண்டிருந்தன. வந்து விடுவார்கள் என்ற எதிர்பார்ப்பு அதிகமானது, பின்னர் சோர் வடைந்து கைகளைத் தொங்கவிட்டபடி ஒரு கால் மணி நேர காத்திருப்பின் முடிவில் மறுபடியும் ஆங்காங்கே புற்தரையில் அமர்ந்துகொண்டு அரட்டை அடிக்க ஆரம்பித்தனர்.

12ஆம் தேதி மாலையில் ஹிட்லரை வரவேற்க தீப்பந்தங்களை ஏந்திய ஒரு ஊர்வலத்தை நடத்த வியன்னாவில் இருந்த நாசிகள் திட்டமிட்டிருந்தனர். கொண்டாட்டம் உணர்ச்சிப்பூர்வமாகவும்

பிரம்மாண்டமாகவும் இருக்க வேண்டும் என்று ஆசைப்பட்டனர். வெகுநேரமாகக் காத்திருந்தும் யாரும் வரவில்லை. என்ன நடக்கிறது என்று யாருக்கும் புரியவில்லை. ஆண்கள் பீர் அருந்திக் கொண்டு பாட்டு பாடினர். ஆனால், விரைவில் பாடிக் களைத்து ஒருவித குழப்பத்துடன் சோர்வடைந்தனர். மூன்று ஜெர்மனிய இராணுவ வீரர்கள் மட்டும் இரயிலில் வந்து இறங்கியபோது ஒரு மட்டற்ற மகிழ்ச்சி நிலவியது. மொத்த ஊரே ஒன்றுகூடி வரவேற்பு விழா எடுத்தது. வியன்னா மக்களைப் போல யாரும் இதுவரை ஜெர்மனியர்களுக்கு அன்புகாட்டியிருக்க மாட்டார்கள். ஊரிலுள்ள எல்லா சாக்லேட்டுகளையும், எல்லா மலர் கொத்துகளையும், டானுப் (Danube) ஆற்றின் எல்லா நீரையும் அந்த இராணுவ வீரர்களுக்கு வாரி வழங்கினார்கள். கார்பெத் (Carpates) குன்றுகளில் வீசிய அனைத்து தென்றலையும் மோட்டார் பந்தய திடலையும், ஷான்பிரோன் (Shonbrunn) அரண்மனையையும், சீன மண்டபங்களையும், நெப்போலியனின் அறையையும், ரோமாபுரி அரசனின் பிரேதத்தையும், பிரமிட்டின் வாட்களையும் என அனைத்தையும் வாரி வழங்கினார். எல்லாவற்றையும் ஜெர்மனிய இராணுவப்படை வரும்போது தங்கும் வசதிகளை முன்னேற்பாடு செய்ய வந்த வெறும் மூன்று இராணுவ வீரர்களுக்காக செய்தனர். ஜெர்மனியால் கைப்பற்றப்படுவதற்குப் பொறுமையின்றி காத்திருந்தவர்களைப் போல அந்த மூன்று ஜெர்மனியர்களைத் தோளில் சுமக்காத குறையாக ஊர்முழுக்க வெற்றி வளம் வந்தனர் ஆஸ்திரியர்கள். அந்த மூன்று முட்டாப்பயல்களுக்கும் தங்களைக் கண்டு இவர்கள் அடையும் உற்சாகத்தின் காரணம் புரியவில்லை. நம்மளைக்கூட இவ்வளவு அன்பாக நடத்துபவர்கள் இந்த உலகத்தில் உண்டா என்று வியந்தனர். ஆனால், அந்த மூன்று பேருக்கும் உள்ளே கொஞ்சம் அச்சமும் இருந்தது... அதீத அன்பு சில நேரங்களில் வம்பாகிவிடும். இது எல்லாம் ஒருபுறம் நடக்க, ஜெர்மனிய இராணுவத்தடவாளங்கள் ஏன் இன்னமும் வரவில்லை என்று ஒருவரை ஒருவர் வியந்து விசாரிக்க ஆரம்பித்ததனர். ஜெர்மனிய பீரங்கிகள் எங்கே? எந்திர துப்பாக்கிகள் எங்கே? அவர்கள் அனுப்புவதாக வாக்களித்த இந்த அபூர்வமான ஐந்துகள், அவை எல்லாம் எங்கே ? ஃபியூரருக்குத் தன்னுடைய பிறந்த மண்ணான ஆஸ்திரியா வேண்டாம் என்ற எண்ணம் வந்துவிட்டதா? இல்லை

இல்லை... அப்படியெல்லாம் எதுவும் இல்லை... காத்துவாக்கில் ஒரு பேச்சு காதோடு காதாக வலம் வந்தது. அதைப்பற்றி சத்த மாகப் பேச யாருக்கும் திராணி இல்லை. என்ன இருந்தாலும் எதைச் சொன்னாலும் தலையாட்டும் இந்த நாசிகளிடம் நாம் ஜாக்கிரதையாகத்தான் இருக்க வேண்டும்... எதையும் உறுதியாகக் கூறிவிட முடியாது... என்றாலும் சுற்றி நடப்பவை அனைத்தையும் வைத்துப் பார்க்கும் போது அந்த வதந்தி உண்மை என்பது போலத் தான் தெரிந்தது. அப்படி தெரியவந்தது என்னவென்றால்... ஒரே மூச்சில் எல்லையைக் கடந்த இராணுவம், அந்த அற்புதமான ஜெர்மனிய தடவாளங்கள், அப்படியே மேலும் நகராமல் வருந்தத் தக்க வகையில் நின்றுவிட்டன.

உண்மையிலேயே ஜெர்மனியப்படை எல்லையை மிகுந்த சிரத்தையுடன்தான் கடந்தது. ஒரு இனம்புரியாத குழப்பத்தில் பீதியூட்டும் மந்தத்தன்மையுடன் நத்தைபோல் கடந்தது. இப் போதைக்கு அந்த இராணுவம் லின்ஸ் (Linz) நகரத்தில் நின்றபடி உள்ளது. வியன்னாவிலிருந்து வெறும் நூறு கிலோமீட்டர் தொலைவில்தான் உள்ளது அந்த லின்ஸ் நகரம். இவை எல்லா வற்றையும் தாண்டி அந்த மார்ச் 12ஆம் தேதி மிக ரம்மியமான ஒரு நாளாகத்தான் இருந்தது. கனவில் காண்பது போன்ற ஒரு தட்பவெப்ப நிலையில் அற்புதமாய் இருந்தது.

எல்லாம் நன்றாகவே தான் நடந்துகொண்டிருந்தது! ஒன்பது மணி அளவில் சுங்கவரி தடைகள் தளர்க்கப்பட்டதுதான் தாமதம், எல்லோரும் ஆஸ்திரியாவிற்குள் வந்துவிட்டனர்! கத்தியின்றி சத்த மின்றி நடந்தது அந்த ஆக்கிரமிப்பு. ஏனென்றால் இங்கே ஆஸ்திரியாவில் அனைவரும் காதல்வயப்பட்டுள்ளனர். எந்தவித முயற்சியும் இன்றி அமைதியாக புன்னகையுடன் கைப்பற்றப் பட்டது ஆஸ்திரியா. பீரங்கிகள், ஆயுத ஊர்திகள், கனரக துப்பாக்கிகள் என அனைத்து பட்டாளத்துடன் மெதுவாக வியன்னாவை நோக்கி பெண்ணழைப்பு ஊர்வலம் போல அமைதி யாக நகர்ந்தது ஜெர்மனிய படை. மணப்பெண் தானாகவே சம்மதித்து விட்டதால் அது ஒரு கற்பழிப்பு என்று சொல்லுவதை விட முதலிரவு என்றுதான் சொல்லவேண்டும். ஆஸ்திரியர்கள் தொண்டை வறண்டுபோகுமளவுக்குக் கூவி கத்தி கும்மாளம்

போட்டு ஜெர்மனியர்களுக்கு நாசி முறையில் வணக்கம் வைத்து வரவேற்றனர்; அதற்குத்தான் ஐந்து வருடங்களாகப் பயிற்சி எடுத்துக்கொண்டிருந்தார்கள் போலும். ஆனால் லின்ஸ் நகரத் திற்குச் செல்லும் சாலை கரடுமுரடானது. வாகனங்கள் திக்கித் திணறின, புகையைக் கக்கி கதறின, மோட்டார் இருசக்கிரங்கள் சிறிய டிராக்டர்களைப் போல இருமின. அட கொடுமையே! இதற்குப் பேசாமல் இந்த ஜெர்மானியர்கள் தோட்டவேலை பார்த் திருக்கலாம். அவர்கள் அங்கே வீணடித்த நேரத்தில் ஆஸ்திரியா விற்குள் நடந்தே ஊர்வலம் வந்து திரும்ப பெர்லின் போயிருக் கலாம். இந்த இராணுவத் தடவாளங்களுக்குப் பதிலாக ஏர் விழும் டிராக்டரை வைத்து டியர்கார்ட்டன் (Tiergarten) தோட்டத்தில் முட்டைகோஸ் பயிரிட்டிருக்கலாம். ஏனென்றால் லின்ஸ் நகரத்தின் சுற்றுவட்டாரத்தில் நிலைமை படுமோசமாக உள்ளது. ஆயினும் வானம் அற்புதமாய் அப்பழுக்கற்று காட்சியளித்தது. அதைவிட அழகானதொரு தட்பவெப்பநிலை இருக்கவே முடியாது.

மார்ச் 12இன் ராசிபலன் துலாம், கடகம் மற்றும் விருச்சிக ராசியினருக்கு அற்புதமாக இருந்தது. ஆனால் மற்றவர்களுக் கென்னவோ கிரக சஞ்சாரங்கள் பாதகமாகத்தான் இருந்தன. ஐரோப்பிய ஜனநாயகங்கள் ஜெர்மனிய ஆக்கிரமிப்பிற்கு எதிர்ப்பு காட்டுவதை முற்றிலும் ஆச்சரியமூட்டும் வகையில் கைவிட்டன. ஆக்கிரமிப்பின் அதிரடி விளைவை உணர்ந்த ஆங்கிலேயர்கள் அதை ஷுஷ்நிக்கிற்கு எடுத்துரைத்தனர். எடுத்துரைப்பதை மட்டும் தான் செய்தனர். பிரஞ்சுக்காரர்களைப் பொறுத்தவரை அவர்களுக் கென்றே ஒரு அரசாங்கம் இல்லாமல் இருந்தனர். அரசியல் தலைமை இல்லாத ஒரு நெருக்கடி சரியான நேரத்தில் அவர்களுக்கு அமைந்தது.

வியன்னாவில் மார்ச் 12ஆம் தேதி காலை நியூஸ் வியனேற் டாக்ப்லாட் (Neues Wiener Tagblatt) என்ற நாளிதழின் தலைமை ஆசிரியர் எமில் லோபல் (Emil Löbl) ஷுஷ்நிக்கை வாழ்த்தி ஒரு கட்டுரையைப் பிரசுரித்தார். அவர்களால் எழுப்பப்பட்ட ஒரு மிகச்சிறிய எதிர்ப்பு என்று சொல்லலாம். அத்தோடு கிட்டத்தட்ட அதை தவிர வேறு எந்த எதிர்ப்புகளும் எழவில்லை. காலை வேளையில், ஒரு எதிர்ப்பலை பத்திரிகை வளாகத்தில் உருவாகத்

தொடங்கியது, அதை தொடர்ந்து உடனடியாகப் பத்திரிகை அலுவலகம் காலிசெய்யப்பட்டது. SA ஏஜெண்டுகள் பத்திரிகை ஆபீசில் தோன்றி அங்கிருந்த பணியாளர்களையும் பத்திரிகையாளர்களையும் அடித்து துவம்சம் செய்தனர். இத்தனைக்கும் நியூஸ் வியனேற் ஒரு இடதுசாரி கட்சியினரால் நடத்தப்படும் பத்திரிகைகூட கிடையாது. பாராளுமன்றத்தைக் கலைத்து காற்றில் கரைத்தபோதுகூட அவர்கள் அதை எதிர்த்து மூச்சுக்கூட விடவில்லை. புதிய அரசின் அதிகாரத்துவ கத்தோலிசத்தை அவர்கள் வரவேற்றார்கள், டால்ஃபஸ்ஸின் அதிகாரத்தின் கீழ் பத்திரிகை உரிமைகள் பறிக்கப்பட்டபோதுகூட அதை ஏற்றனர். சமூக ஜனநாயக கட்சியினர் பணிநீக்கம் செய்யப்பட்டதும், சிறையில் அடைக்கப்பட்டதும், அவர்களுக்கு வேலை வாய்ப்பு மறுக்கப்பட்டதும் கூட அவர்களின் மனசாட்சி துளி அளவும் உறுத்தவில்லை. ‘கதாநாயகத்துவம்’ என்பது ஒரு புரிதலுக்கு அப்பாற்பட்ட விஷயம். அது ஒரு சீரிய வரையறுக்குள் சிக்காத ஒன்று. ஆக மொத்தம், அந்தக் காலை பொழுதில், எமில் லோபல் தனியாகப் புலம்புவதைப் பார்க்க உணர்வுப்பூர்வமாகவும் பரிதாபத்திற்க்குரியதாகவும் இருந்தது.

லின்ஸ் நகரத்திலும் நிலைமை ஒன்றும் மாறுபட்டதாக இல்லை. யூதர்களைக் களையெடுக்கும் பணி அங்கே மூர்க்கமாக அரங்கேறிக்கொண்டிருந்தது. இப்போதைக்கு அந்த நகரம் முற்றிலும் நாசிகளின் வசம் சென்றது. அனைத்து இடங்களிலும் ஃபியூரரின் வரவை நம்பிக்கையுடன் எதிர்நோக்கி மூச்சுவிடாமல் பாடிக் கொண்டிருந்தனர். மொத்த உலகமே லின்ஸ் நகரத்திற்குள் வந்து விட்டதுபோல இருந்தது, சூரியன் தகதகவென மின்னிக்கொண்டிருக்க பீர் ஆறாக ஓடியது. காலை பொழுது ஒருவழியாகக் கழிய, மதுக்கடைகளின் மூலைகளில் அமர்ந்து மக்கள் களைப்பாறினர். நேரம் யாருக்காகவும் நிற்பதில்லை. அதற்குள் நண்பகலாகி விட்டது. சூரியன் வானக்கூரையின் உச்சியில் போஸ்டலின்பெர்க் (Postlingberg) மலை நகரத்திற்கு மேல் இருந்தது. நகரத்தில் ஆங்காங்கே இருக்கும் செயற்கை நீரூற்றுகளின் சலசலப்பு மெதுவாக அடங்கியது. தெருவில் காத்திருந்த மக்கள் வீட்டிற்கு மதிய உணவிற்காகத் திரும்பச் சென்றனர். டானுப் ஆறு ஓயாமல் ஓடிக் கொண்டிருந்தது. அங்கிருந்த தாவரவியல் பூங்காவின் சப்பாத்திக் கள்ளி செடிகளின் மீது அலங்கார காகிதத் துகள்கள் படிந்திருந்தன.

அவற்றை ஈக்கள் என எண்ணி சிலந்திகள் உண்ண முயன்றன. வியன்னாவில் கிராண்ட் கஃபே (Grand Cafe) விடுதியில் ஜெர் மனியர்கள் இன்னமும் வேல்ஸ் (Wels) நகரம் வரை வரவில்லை என்றும் அநேகமாக மெக்கென்ஹோபின் (Meggenhofen) நகரம் வரைகூட வந்திருக்க மாட்டார்கள்! என்றும் பேசிக்கொண்டனர். சில கேலிக்குரல்கள் அவர்கள் வழி தடுமாறி வேறு எங்காவது சென்றிருப்பார்கள் என்று சொல்லி எள்ளி நகைத்தன. சூஸ் (Suse) அல்லது டாமியிட் (Damiette) நகரங்களை நோக்கி சென்றிருப்பர் என்றும், வேண்டுமென்றால் அடுத்த ஆண்டு போபினோ நகரில் அவர்களைப் பார்க்கலாம் என்றும் கூறினர். ஆனால், சில இரகசிய பேச்சுகள் ஜெர்மனிய இராணுவத்தடவாளங்கள் வரும் வழியில் ஏதோ ஒரு பெரிய செயலிழப்பு ஏற்பட்டுள்ளது என்றன. எரிபொருள் தட்டுப்பாட்டின் காரணத்தால் வாகனங்கள் செய லிழந்து நின்றுவிட்டன என்றும் மீண்டும் அவற்றைப் பழையபடி இயக்குவது என்பது பெரிய சவால் என்றும் உரைத்தன.

சாட்டையைச் சுழற்றி அடிப்பதுபோல முகத்தில் பனிக்காற்று வீசும் அந்தக் கடுங்குளிரில் ஹிட்லர் தனது வாகனத்தில் முனிக் நகரத்திலிருந்து கிளம்பியாயிற்று. அடர்ந்த கானகத்தின் வழி அந்த மெர்சடீஸ் கார் வந்துகொண்டிருக்கிறது. ஹிட்லரின் திட்டம், முதலில் தன் பிறந்த ஊரான பிரானோவை (Braunau) பார்த்துவிட்டு பின்னர் தனது குழந்தைப்பருவத்தில் வாழ்ந்த ஊரான லின்ஸைப் பார்த்துவிட்டு கடைசியாகத் தனது பெற்றோர்கள் அடக்கம் செய்யப்பட்ட லேயொண்டிங் (Leonding) நகரத்தையும் பார்ப்பது தான். ஆக மொத்தம் ஒரு அழகான பயணம். மதியம் நான்குமணி அளவில் எல்லையைக் கடந்து பிரானோ நகரத்திற்குள் அந்த வாகனம் பிரவேசமானது. வானம் பிரகாசமாகத் தென்பட்டாலும் குளிர் கடுமையாக இருந்தது. இருபத்து நான்கு ஊர்திகளையும், ஒரு இருப்பது வேன்களையும் உள்ளடக்கியது ஹிட்லரின் பாதுகாப்பு அணி. SS , SA மற்றும் காவல்துறை என அனைத்து இராணுவப் பிரிவுகளும் கூடியிருந்தனர். கூட்டத்தோடு கூட்ட மாக ஐக்கியமாகி தனது பிறந்த வீட்டைப் பார்த்தபோது ஹிட்லருக்குத் தாமதமாகியிருந்ததால், நேரத்தை மேற்கொண்டு வீணாக்க முடி யாது. சிறுமிகள் பூங்கொத்துகளை அளித்தனர், ஸ்வஸ்திக் சின்னம் பொறிக்கப்பட்ட சிறிய கொடிகள் பல படபடவென அசைந்தன.

எல்லாம் நினைத்தபடி நடக்கிறது. பொழுது சாய்வதற்கு முன் பாகவே பல ஊர்களைக் கடந்தாகிவிட்டது. ஹிட்லரின் முகத்தில் புன்னகையுடன் உற்சாகம் களைகட்டியது, கை கூட்டத்தை நோக்கி அசைந்து தேசிய சோசியலிச வணக்கத்தைக் கண்களுக்கு எட்டிய தூரம் வரை கடலெனத் திரண்டிருந்த ஊர் இளைஞர்களுக்கும், இளம் பெண்களுக்கும் அனைவருக்கும் தெரிவித்தது. ஆனால், பெரும்பாலும் தன் கையைச் சற்று பின்புறம் மடக்கியபடி, சார்லி சாப்ளினால் நையாண்டி செய்யப்பட்டது போல, ஒரு பெண்ணின் தோரணையில் தனது வணக்கத்தைத் ஹிட்லர் தெரிவித்ததுதான் அதிகம்.

பான்சர் பீரங்கிகளின் போக்குவரத்து நெரிசல்

பிளிட்ஸ்க்ரைக் என்பது வெறும் வார்த்தைதான். பேரழிவின் மீது விளம்பரத்துக்காக ஒட்டப்பட்ட ஒரு வார்த்தை அது. அந்தப் போர் தந்திரத்தின் சூத்திரதாரி கூடேரியன் (Guderian) என்பவன் தான். Achtung – Panzar *(அச்சுங்-பான்சர்) (பீரங்கி ஜாக்கிரதை)* என்ற நறுக்கென்று ஈர்க்கும் தலைப்பில் எழுதப்பட்ட தன் புத்த கத்தில், கூடேரியன் அதிரடிப்போர் என்ற ஒரு கோட்பாட்டைக் கொண்டுவந்தான். கண்டிப்பாக அவன் ஜான் ஃபிரடெரிக் சார்லஸ் ஃபியுல்லெரை (John Frederick Charles Fuller) படித்திருக்க வேண்டும்; யோகா பற்றிய அவருடைய மோசமான புத்தகம் அவனுக்கு மிகவும் பிடித்திருந்தது. அதில் தீர்க்கதரிசனம் என்று சொல்லப்பட்ட உளறல்களை அவன் படித்திருப்பான். அப்போது தான் உலகின் மர்ம முடிச்சை அவிழ்த்தது போல் ஒரு உணர்வு அவனுக்கு. ஆனால், அவருடைய போர்ப்படை தந்திரதங்கள் பற்றிய கட்டுரைகள் தான் அவனுடைய பல இரவுகளின் தூக்கத்தை விழுங்கின என்று கூறலாம். ஆதலால் குடேரியன் பல கேள்விகளைத் தனக்குள் எழுப்பினான். அதன் பின்விளைவாக ஃபியூல்லெரின் நூல்களில் விவரிக்கப்படும் வீரம் நிறைந்த கொடூர மான போர்க்களம் அவனுள் ஒரு வேட்கையை வளர்த்தது. ஜான் பிரடெரிக் ஃபியுல்லெர் கூட ஒரு உணர்ச்சிமிக்க மனிதர்தான், மோசலெயுடன் (Mosley) சேர்ந்து பாராளுமன்ற ஜனநாயகங்களின் மன்னிக்கும் தன்மையைக் கண்டனம் செய்து ஒரு கிளர்ச்சிமிக்க அரசு அமைய வேண்டும் என்ற தன் விருப்பத்தைத் தெரிவித்தார். அப்படித்தான் அவர் நாசிசக் கொள்கைகளின் வளர்ச்சிக்குப் பாடு படும் வடமேற்கு கூட்டணியின் உறுப்பினராக ஆனார். அந்தச் சிறிய ஆலோசனைக்குழு ஏதோ ஒரு ஆங்கிலேயக்குடில் ஒன்றில் இரகசியமாய் சந்தித்து பல மணிநேரங்கள் யூதர்களைப்பற்றி விவாதித்தது. ஆனால் அதன் உறுப்பினர்கள் வெறும் மேஃபேரில் (Mayfair) வசிக்கும் வியாபாரக்கூட்டம் மட்டுமல்ல. அதில்

விலங்குகளை நேசிக்கும் லேடி டக்ளஸ் ஹாமில்டனும் (Lady Douglas Hamilton) இருந்தார். ஏனென்றால் உலகின் அனைத்துத் துயரங்களுக்கும் மனித ஆத்மாதான் பிரதான பீடம். மாண்புமிகு வெலிங்டன் (Wellington) பிரபுவும் அதில் இருந்தார். அதோடு ஈட்டோன் (Eton) கல்லூரியில் படித்தவருமான, உலகின் அனைத்து வசதிகளையும் பெற்றவருமான, ரோமானிய கவிஞர்களான ப்ரொபேர்ஸ் (Properce) மற்றும் லூகனை (Lucain) நன்கு அறிந்தவருமான, தேஓக்ரிட்டின் (Theocrites) இடையர்களுக்கு மத்தியில் தன்னுடைய வீட்டுத்தோட்டத்தில் அவ்வப்போது புல்லாங்குழலை வாசித்தபடி நடமாடுபவருமான, மிகச் சிறந்தவை என்று சொல்லா விட்டாலும் ஏதோ ஓரளவு சுமாரான கலைப்பொருட்களை சேகரிப்பவருமான, ஆடம்பர சபைகளின் செல்லக்குட்டியான ஆர்தர் வெல்ஸ்லேயும் (Arthur Wellesley) இருந்தார். அவருடைய குறுகிய தலையையும், தொங்கிய கழுத்தையும், தொலைந்த பார்வையையும், பார்க்கும்போது ஒருவேளை லண்டனுக்குப் பதிலாக வெளியில் ஒரு கிராமத்தில் பிறந்திருந்தால், இவரை யாரும் ஏறெடுத்துக்கூடப் பார்த்திருக்க மாட்டார்கள் என்று தோன்றும்.

ஜெர்மனிய இராணுவப்படையின் பதினாறாம் ரெஜிமென்டின் தலைமை தாங்கி 1938ஆம் ஆண்டு, மார்ச் 12ஆம் தேதி வலுவான கவசம் கொண்ட ஊர்திகள் தங்களது அணிவகுப்பை ஆரம்பித்தன. ஒருவழியாக ஹெய்ன்ஸி குடேரியனின் (Heinz Guderian) "அச்சுங்-பன்சர்" என்ற கனவு நனவாகப்போகிறது. முதல் ஜெர்மனிய கவச பீரங்கி 1918இல் உருவாக்கப்பட்டது. அப்போது கிட்டதட்ட இருபது மாதிரிகளை ஒன்றாகச் செய்தனர். அது ஒரு கனமான காயிலாங்கடை சவம் என்றுதான் சொல்ல வேண்டும். இருநூறு குதிரைகளைக் கொண்டு இழுத்தாலும் அந்தக் கவச பீரங்கி மிக மெதுவாகச்செல்லும் ஒரு தள்ளு வண்டி போன்றது. அதை கையாளுவதும் மிகக் கடினம். அவற்றில் ஒன்று முதலாம் உலகப் போரின் முடிவில் ஒரு ஆங்கிலேய கவச பீரங்கியுடன் நேருக்கு நேர் மோத வேண்டியதாயிற்று. அப்போது அது முற்றிலும் மீள முடியாத அளவில் தரைமட்டமாக்கப்பட்டது. இந்த முதல் கண்டு பிடிப்புக்குப் பின்னர், அந்த பீரங்கி வண்டியில் பல மாற்றங்கள் கொண்டுவரப்பட்டாலும், இன்னும் நிறைய சரிசெய்ய வேண்டியுள்ளது. அப்படித்தான் நான்காவது பான்சர் உருவாக்கப்பட்டது.

அந்த நான்காவது பான்சரின் பல மாதிரிகள்தான் போர்க்களங்களில் மகாராணியைப் போல் வளம் வந்தன. இன்னமும் 1938களில் அந்த பான்சர் தனது குழந்தைப் பருவத்தில்தான் இருந்தது என்று சொல்லலாம். க்ரூப் நிறுவனத்தால் தயாரிக்கப்பட்ட அந்தச் சிறிய பீரங்கி போர்க்களத்தில் மிக சுமாராகச் செயல்படும் ஒரு இயந்திரம் தான். மெல்லிய கவசத்துடனும், பீரங்கிகளைத் தாக்கும் குண்டுகளுக்கு எளிதில் இலக்காகும் தன்மையுடனும், அந்தக் கவச பீரங்கி மென்மையான இலக்குகளை மட்டுமே தாக்கும் திறன் பெற்றதாகவும் இருந்தது. இரண்டாவது பான்சர் அதைவிடச் சிறியதாக இருந்தது, செத்த மீன்களை வைக்கும் டப்பாவைபோல் இருக்கும். எடை மிகக் குறைவானதாகவும், வேகமாகச்செல்வதாகவும் இருந்தாலும் எதிரியின் பீரங்கி கவசத்தைத் துளைக்கும் திறனற்றது, மாறாக அதன் கவசமும் மிக வலிமையற்றதாக இருந்தது. அது தயாரிக்கப்பட்ட தொழிற்ச்சாலையிலிருந்து வெளியே வந்தவுடன் காலாவதியானது. தொடக்கத்தில் அது வெறும் பயிற்சிக்காக மட்டுமே பயன்படுத்தப்படும் என்று கருதி செய்யப்பட்ட ஒரு பீரங்கி ஊர்தி. ஆனால் அதன் உற்பத்தி முழுமை பெற சிறிது தாமதமானது; அதுமட்டுமின்றி போரும் எதிர்பார்த்ததைவிட சீக்கிரமாகவே தொடங்கிவிட்டது.

இரண்டாவது பான்சர் போரில் நன்கு சேவை புரிந்தது. முதலாவது பான்சரைப் பொறுத்தவரை, அது ஒரு குட்டி பீரங்கி வண்டி என்றுதான் சொல்ல வேண்டும். அதிபட்சம் இரண்டு பேர் மட்டுமே அதில் உட்கார முடியும் அதுவும் வண்டியின் மேற்புறத்தில் யோகா கற்றுத்தரும் ஆசிரியர்களைப்போல அமர வேண்டிய கட்டாயம். மிக பலவீனமானதாகவும், பலமற்ற கவசத்துடனும் இருந்தாலும், விலை மலிவானது. ஒரு டிராக்டர் வாங்கும் செலவைவிட கொஞ்சம் கூடுதலாக இருக்கும் அவ்வளவுதான்.

முதலாம் உலகப்போரின் முடிவில் கையெழுத்திடப்பட்ட (treaty of versailles) வெர்சாய் உடன்படிக்கையின்படி, ஜெர்மனி பீரங்கி வண்டிகளை உற்பத்தி செய்யக் கூடாது என்று முடிவு செய்யப்பட்டது. ஆதலால் ஜெர்மனிய நிறுவனங்கள் பொய்யான பினாமி நிறுவனங்களின் பெயரில் வெளிநாட்டில் பீரங்கி வண்டிகளை உற்பத்தி செய்தன. அந்தக் காலத்திலேயே நிதி மேலாண்மை

நுட்பங்கள் தீங்கு விளைவிக்கும் கையாடல்களுக்குத் துணை போகின்றன என்பதை நம்மால் புரிந்துகொள்ள முடிகிறது. இப்படித்தான் மறைமுகமாக ஜெர்மனி தன்னை ஒரு மாபெரும் பாசறையாக, ஆயுதக்கிடங்காக உருவாக்கிக்கொண்டது. ஜெர்மானியர்கள் லட்சியக் கனவாக இருந்து உருவான அந்தப் போர் படைக்காகத்தான் அனைத்து ஆஸ்திரியர்களும் அந்த 12 மார்ச் 1938 என்ற மாபெரும் நாளில் சாலையின் ஓரமாகக் காத்து நின்றனர். நியாயமாகப் பார்த்தால் கவலையும் நடுக்கமும்தான் அந்த ஒளிமயமான நாளில் அங்கே தெரிந்திருக்க வேண்டும்.

அப்படி வந்துகொண்டிருந்த அந்த மாபெரும் ஜெர்மனிய போர் இயந்திரத்தில் ஒரு நுண்ணிய மணல்துகள், ஒரு துரும்பு உள்ளே நுழைந்தது. முதலில் நீண்ட வரிசையாக கவச ஊர்திகள் நிறுத்தப் பட்டன. ஹிட்லரின் மெர்சடீஸ் கார் அந்த பீரங்கிகளுக்கு வழி விட்டு சற்று ஒதுங்கி நிற்க வேண்டியதாயிற்று. ஹிட்லரின் கண்கள் ஒரு அலட்சியமான பார்வையை அந்த ஊர்திகளின் மீது வீசியது. பின்னர் பீரங்கிப்படையின் மற்ற வாகனங்கள் சாலையின் நடுவில் அசையாமல் நின்றன. ஹாரன் அடித்து கத்தி கூச்சல் போட்டாலும், ஃபியூரர் நகர்ந்தால்தான் தாங்களும் நகர முடியும் என்ற நிலையில் அந்த இராணுவ வண்டிகள் மெதுவாக ஊர்ந்து நகர்ந்தன. மிக உன்னதமானது ஒரு மோட்டார் எந்திரம், யோசித்துப்பார்த்தால் அது ஒரு அதிசயம் என்றே சொல்லலாம். சிறிதளவு எரிபொருளும், ஒரு சிறிய தீப்பொறியும் இருந்தால் போதும் சட்டென்று பற்றிக்கொண்டு இயங்கும் அந்த இயந்திரம். அதன் அழுத்தம் அதிகரிக்க அதிகரிக்க பிஸ்டன் தள்ளப்படும், பிஸ்டோனோடு இணைக்கப்பட்ட கிரான்க் ஷாஃப்ட் சுழல அதை தொடர்ந்து சக்கரங்களும் சுழன்று வண்டி தானாக நகரும். அவ்வளவுதானா? வாயில் சொல்வது எளிது. வண்டி கோளாறானால் தெரியும். பெரும் இம்சைதான். நமக்கு தலைகால் புரியாது. நமது கைகளை மையும் எண்ணெய் பசையும் நிறைந்த பாகங்களில் நுழைத்து நட்டு போல்ட்டுகளைத் திருகி கழற்றுவதும் பின்னர் எதிர் திசையில் திருகி மாற்றுவதும் என ஒரே தலைவலி... ஆக அந்த 12 மார்ச் 1938இல் பகலவன் பளிச்சென்று இருந்தபோதும், குளிர் என்னவோ சற்றுக் கொடுமையாகத்தான் இருந்தது. ஆதலால் சாலையோரத்தில் டூல் பாக்ஸைத் திறந்து தனது பழுதான வாகனத்தைச் சரிசெய்வது

என்பது அந்தக் குளிரில் ஒன்றும் விளையாட்டல்ல. ஹிட்லருக்குத் தலையில் உஷ்ணம் அதிகமாயிற்று. தன் பெருமையைக் கொண் டாட்டமாகப் பறைசாற்ற வேண்டிய நாள், மக்களை வாயைப் பிளந்து பார்க்கவைத்து ஆரவாரத்துடன் கடந்து செல்லவேண்டிய நாள், இப்படிச் சாலையோரம் பழுதான வாகனங்களுடன் நிற்க வேண்டிய சிக்கலான நாளாக மாறியது. வேகம் இருக்க வேண்டிய இடத்தில் நெரிசலும், ஆற்றல் இருக்க வேண்டிய இடத்தில் திணறலும், துடிப்பு இருக்க வேண்டிய இடத்தில் அடைப்பும் இருந்தன.

ஆஸ்திரியாவின் சிறிய ஊர்களான அள்தேய்ம் (Altheim) ரியத் (Ried) போன்றவற்றில் கிட்டதட்ட அனைத்து இடங்களிலும் குளிரில் இளம் ஆஸ்திரியர்கள் தங்களின் முகம் நாவல் பழ நிறமாக மாறிக்கொண்டிருந்த போதிலும், கடந்து செல்லும் ஹிட்லரைக் காண்பதற்காகக் காத்திருந்தனர். சிலர் குளிரின் கொடுமையைப் பற்றி புலம்பியபடியே நின்றிருந்தனர். அந்தக் காலகட்டத்தில் பிரஞ்சு பெண்கள் மத்தியில் பிரபலங்கள் என்று கருதப்பட்டது, டினோ ரோசி (Tino Rossi) போன்ற நடிகர்களும், பென்னி கூட்மேன் (Benny Goodman) போன்ற அமெரிக்க பாடகர்களும்தான். ஆனால், ஆஸ்திரிய பெண்களின் கதையே வேறு, அவர்களைப் பொறுத்த வரை டினோ ரோசி, பென்னி கூட்மேன் எல்லாம் தூசுக்கு சமம். அவர்களுக்கு அடால்ஃப் ஹிட்லர்தான் அன்றய கனவு நாயகன். அதனால்தான், சிறிய ஊர்களின் நுழைவு வாயில்கள், "Der Führer kommt" - “இதோ எங்களின் தலைவன்” என்ற கோஷங்கள் எழுப் பப்பட்டன. ஆனால், அப்போதைக்கு எதுவும் அங்கே வராத காரணத்தால், மற்ற பல விஷயங்களைப் பற்றிய சாதாரண பேச்சுகள் தொடர்ந்தன.

ஏனென்றால் அங்கே பழுதடைந்திருந்தது வெறும் ஒரு சில பீரங்கி ஊர்திகள் மட்டும் அல்ல. வெறும் ஒரு சில கவச வண்டிகள் மட்டும் அல்ல. அங்கே பழுதடைந்திருந்தது மிக சக்திவாய்ந்த ஜெர்மனிய படையின் ஒரு மிகப்பெரிய பகுதி. சாலையில் போக்கு வரத்து முற்றிலும் முடங்கிவிட்டது. அங்கே நடந்தவை ஒரு நகைச் சுவை திரைப்படம் போல் இருந்தது. கோபத்தின் உச்சாணிக் கொம்பில் ஒரு தலைவன், மெக்கானிக்குகள் அரக்க பறக்க

அங்கும் இங்கும் ஓடுவதுமாய், மூன்றாவது ரெய்ச்சின் கனத்த உரத்த குரலில் சில ஆணைகள் அவசரஅவசரமாய் பிறந்தன. அது மட்டுமில்லாமல் ஒரு பெரும் படை முப்பத்தைந்து கிலோமீட்டர் வேகத்தில் உச்சிவெயிலில் ஒரு ஊரை நோக்கி வரும்போது போக்குவரத்து நெரிசல் என்பது சகஜமான ஒன்றுதான். ஆனால், மொத்த படையும் பழுதடைவது என்பது சற்று சிரிப்பூட்டும் விஷயம்தான். படைத்தளபதி ஹிட்லரிடம் திட்டும் அவமானமும் என சரியாக வாங்கிக் கட்டிக்கொண்டார். இத்தனை கேலிக் கூத்துக்கும் அவர்தான் காரணமென குற்றம் சாட்டப்பட்டார். கனரக வாகனங்களை அகற்றியும், சில பிராங்கி டாங்குகளை இழுத்தும், சில ஊர்திகளை தள்ளியும், அங்கிருந்து முதலில் ஹிட்லர் ஊருக்குள் செல்வதற்கான வழியை அமைத்துக்கொடுத்தனர். மாலையில் சற்று இருட்டிய பின்புதான் ஹிட்லரால் லின்ஸ் நகரத்திற்குள்ளேயே செல்ல முடிந்தது.

அந்த இடைப்பட்ட நேரத்தில், பனி மூடிய நிலவின் ஒளியில், பெரும்பாலான பழுதடைந்த பீரங்கி வண்டிகளை ஜெர்மனிய படை வீரர்கள் புகைவண்டி நிலையத்தில் கொண்டு சேர்த்தனர். இரயில் தண்டவாள நிபுணர்களையும் கிரேன் இயக்குபவர்களையும் ஜெர்மனியின் தலைநகரமான முனிக்கிலிருந்து வரவழைத்தனர். பிறகு புகைவண்டியில் அனைத்து கவச வாகனங்களும், சர்க்கஸ் குழுவினர் கூடாரத்துடன் இரயிலில் ஏறிச்செல்வது போல அனுப்பப்பட்டன. அப்படி அனுப்பப்பட்டதற்கான காரணம் எப்படியாவது வியன்னாவில் நடக்கவிருக்கும், ஜெர்மனியின் இராணுவ வல்லமையைப் பறைசாற்றவிருக்கும், அதிகாரப்பூர்வ மான கொண்டாட்டங்களில் அந்த வாகனங்களை கொண்டு சேர்த்தே ஆக வேண்டும் என்பதுதான். இரவோடு இரவாக நிழ லுருவங்களைப்போல நகரும் புகைவண்டி பெட்டிகளும், அதன் மீது ஏதோ சரக்குகளை மூட்டைமூட்டையாய் ஏற்றி வைத்தது போல் ஏற்றப்பட்ட கவசவாகனங்களும் தானியங்கி துப்பாக்கி களும் ஆஸ்திரியாவின் ஒரு முனையிலிருந்து மறுமுனைக்குக் கொண்டுசெல்லப்பட்டது பார்ப்பதற்கே விசித்திரமான காட்சி யாகத்தான் இருந்திருக்க வேண்டும்.

சில தொலைபேசி பேச்சுகள்

ஜெர்மனிய மொழியில் அஞ்சலூஸ் (Anschluss) என்று அழைக்கப்படும் ஜெர்மனியுடன் ஆஸ்திரியா இணைக்கப்பட்ட நாளின் மறுநாளான 13 மார்ச் அன்று, பிரிட்டனின் இரகசிய உளவுத் துறை ஒரு தொலைபேசி உரையாடலை ஒட்டுக்கேட்டது. இங்கிலாந்திலிருந்து ஜெர்மனிக்குத் தொடர்புகொண்டு நடந்த அந்த உரையாடல் இதுதான். "ரிப்பெண்ட்ரோப் அவர்களே" என்று சிணுங்கியது ஒரு குரல் ஹிட்லர் தனது பிறந்த தாயகமான ஆஸ்திரியாவிற்குப் பறந்து சென்றபோது மூன்றாவது ரெய்ச்சைக் கட்டிக்காக்கும் பொறுப்பில் இருந்த கோரிங்கின் குரல் அது, "ஆஸ்திரியாவை பயமுறுத்த நாம் பிரயோகிக்கும் இந்த இறுதி நிபந்தனை எல்லாம் ஒரு அருவருக்கத்தக்க கட்டுக்கதை. ஆஸ்திரிய மக்களால் ஏகமனதாக அதிகாரத்தில் அமர்த்தப்பட்ட செயிஸ்-இன்கார்ட் நம்மிடம் உதவி கேட்கிறார். ஷுஷ்நிக் அரசின் கொடூரங்களைப்பற்றி உங்களுக்குத் தெரியாதா என்ன?" ரிப்பெண்ட்ரோப்பின் பதில்: "என்னால் நம்பவே முடியவில்லை. மொத்த உலகத்திற்கும் இதை தெரியப்படுத்தியாக வேண்டும்." இந்த விசித்திரமான உரையாடல்களை ஒட்டுக்கேட்டவரின் முகம் அஷ்டகோணலாகியிருப்பதை நினைத்துப் பார்ப்பதுகூடக் கடினம். அப்படிக் கேட்டவர்களுக்கு ஏதோ நாடக மேடையின் பின்புறம் அமர்ந்து வசனங்களைக் கேட்பது போல தோன்றியிருக்கும். பின்னர், உரையாடல் ஒருவழியாக முடிவுக்கு வந்தது. கோரிங் அழகான தட்பவெப்ப நிலையைப் பற்றியும். மேகங்களற்ற வானத்தைப் பற்றியும், பறவைகளைப் பற்றியும் சொல்லிக்கொண்டே தான் பால்கனியில் அமர்ந்திருப்பதாகவும், ரேடியோவில் ஆஸ்திரியர்களின் உற்சாக கூச்சல்களைக் கேட்பதாகவும் கூற, ரிப்பெண்ட்ரோப் பதிலுக்கு அற்புதம்! அற்புதம்! என்று புகழ்ந்தார்.

ஏழு ஆண்டுகளுக்குப் பின்னர், 1945 நவம்பர் 29இல், அதே உரையாடல் மீண்டும் கேட்கப்பட்டது. அதே வார்த்தைகள் தயக்க மேதுமின்றி பேசப்பட்டன. அலட்சியமாகப் பேசப்பட்ட அதே கச்சிதமான வாசகங்கள், அதே சிரிப்பூட்டும் உணர்வு. ஆனால், இது நடந்ததோ நுரெம்பெர்கில் உள்ள சர்வதேச நீதிமன்றத்தில். அமெரிக்காவின் தரப்பில் குற்றம் சாட்டிய சிட்னி அல்டர்மேன் (Sydney Alderman) உலக அமைதிக்கு எதிராக ஜெர்மானியர்கள் திட்டம் தீட்டியதற்கான குற்றத்தை நிரூபிக்க தன்னுடைய ஆவ ணத்திலிருந்து கத்தைகத்தையாக ஆதாரங்களை எடுத்து நீட்டி னார். கோரிங்கிற்கும் ரிப்பென்ட்ரோப்பிற்கும் இடையே நடந்த இந்த உரையாடல் ஒரு மாபெரும் சான்று என்றார். அதில் உள்ள வாசகங்கள் இரட்டை அர்த்தங்கள் அடங்கியவை, மற்ற நாடு களைத் தவறான முடிவை எடுக்க வைக்கும் நோக்கத்தில் பேசப் பட்டவை.

அல்டர்மேன் தானே அந்த உரையாடலைப் படித்தார். ஏதோ நாடக வசனங்களை ஒத்திகை பார்ப்பது போல ஒவ்வொரு வாசகத்தையும் கவனமாகக் குரலை உயர்த்திப் படித்தார். அவர் எந்த அளவுக்குக் குரலை உயர்த்திப் படித்தார் என்றால், அவர் அந்த உரையாடலில் பேசும் பாத்திரம் கோரிங் என்பதைச் சுட்டிக்காட்ட "கோரிங்" என்று கூறியவுடன், தன்னைத்தான் அழைக்கிறார்களோ என்று எண்ணி குற்றவாளி கூண்டில் அமர்ந்திருந்த கோரிங்கையே எழச்செய்தது. ஆனால், தன்னை யாரும் அழைக்கவில்லை என்ப தையும், தன்னுடைய கதாபாத்திரத்தின் வசனங்களையே பேசச் செய்கிறார்கள் என்பதை உடனே புரிந்துகொண்டு மீண்டும் அமர்ந்து விட்டார் கோரிங். ஏற்றத்தாழ்வற்ற சீரான கனத்த குரலில் அந்தச் சிறிய காட்சியை மீண்டும் படித்துக் காட்டினார் அல்டர்மேன்.

கோரிங்: ரிபென்ட்ரோப் அவர்களே, பியூரெர் தான் இல்லாதபோது ரெய்ச் அரசின் நிர்வாகப் பொறுப்பை முழுமையாக என்னிடம் ஒப்படைத்திருப்பதை நீங்களே அறிவீர்கள். அதேநேரத்தில் ஆஸ்திரியா மகிழ்ச்சி வெள்ளத்தில் திளைத்துக்கொண்டிருப்பதை நான் தங்களுக்குத் தெரியப் படுத்த விரும்புகிறேன். அதைத் தாங்களே வானொலி யின் வாயிலாகக் கேட்டுத் தெரிந்துகொள்ளவும் முடியும்.

ரிபெண்ட்ரோப்: ஆஹா! என்ன ஒரு அற்புதமான செய்தி! இல்லையா ?

கோரிங்: ஆஸ்திரிய தேசம் உள்நாட்டு போரிலோ அல்லது பயங்கரவாதத்திலோ மூழ்கிவிடக் கூடாது என்று செயிஸ்-இன்கார்ட் கவலை கொண்டதன் காரணமாக நம்மை உடனடியாக உதவிக்கு வருமாறு அழைப்பு விடுத்திருந்தார். அவரின் கோரிக்கையை ஏற்று நாமும் உடனடியாக அமைதியைக் காப்பதற்காக ஆஸ்திரிய எல்லைக்குப் படையுடன் சென்றுள்ளோம்.

இந்தக் காட்சி உண்மையிலேயே 13 மார்ச் 1938இல் அரங்கேறியபோது, இந்த உரையாடல்கள் ஒரு நாள் தனக்கெதிராகச் சாட்சியாக மாறும் என்பதை கோரிங் கொஞ்சம்கூட எதிர்பார்த்திருக்கமாட்டார். ஏனென்றால் அந்தத் தொலைபேசி உரையாடல்கள் கோரிங்கின் கட்டளைக்கிணங்கி அவருடைய உதவியாளர்களாலேயே பதிவு செய்யப்பட்டவை. வரலாற்றுக்கு அவை தேவைப்பட்டபோது அவரிடமிருந்தே பிடுங்கி எடுத்துக்கொள்ளப்பட்டன. ஜூலியஸ் சீசர் தன்னுடைய போர் அனுபவங்களைக் கொண்டே ரோமானியப் போர்களின் வரலாற்றை "La guerre des Gaules" *(கோல் இனத்தவரின் போர்)* என்ற நூலாக எழுதியது போல கோரிங்கும் தன்னுடைய பதவிக்காலத்தில் வரலாற்றின் மிக முக்கிய அத்தியாயங்களின் போது அவசரஅவசரமாய் தான் சேகரித்த ஆதாரங்களைக் கொண்டே தானும் ஒரு வரலாற்று நூலை எழுத வேண்டும் என்ற நோக்கத்தில் இந்த ஆதாரங்களை கோரிங் பாதுகாத்து வந்திருக்கலாம். ஆனால், இந்த வரலாற்றுக் குறிப்புகள் தான் பதவியிலிருந்து ஓய்வு பெறும் காலம்வரை தன்னுடைய அலுவலக மேசையிலேயே தங்கிவிடும் என்று அவர் போட்ட கணக்கு தவறாகி இன்று நுரெம்பெர்கில் ஒரு அரசு வழக்கறிஞரின் கைகளில் சிக்கும் என்று அவர் ஒருபோதும் எதிர்பார்க்கவில்லை. அந்தத் தருணத்தில், இந்தக் காட்சிக்கு இரண்டுநாட்கள் முன்னதாக அதாவது 11 மார்ச் அன்று இரவு நேரத்தில் பெர்லின் மற்றும் வியன்னாவிற்குமிடையே நடந்த மற்ற சில உரையாடல்களையும் கேட்கும் வாய்ப்பும் கிட்டியது. அவற்றை பேசியவர்கள் தங்களை தவிர வேறு யாரும் கேட்கவில்லை என்றுதான் நம்பியிருந்தார்கள்.

ஆம் அப்போது அவற்றைக் கேட்டவர்களான செயிஸ்-இன்கார்ட் அல்லது அப்போதைய தூதரக ஆலோசகரும் மத்தியஸ்தருமான டோம்ப்ரோவ்ஸ்கி (Dombrowski), மற்றும் கண்டிப்பாக அந்த அபரிமிதமான பேச்சுகளை எதிர் காலத்தின் தேவைகளுக்காகப் பதிவுசெய்பவரான கோரிங்கையும் தவிர வேறு யாருமே கேட்கவில்லை என்று அவர்கள் நினைத்திருந்தனர். உண்மையில் மொத்த உலகமும் அவர்களைக் கேட்டுக்கொண்டிருந்ததை அவர்கள் அப்போது அறியவில்லை.

ஆனால், அவர்கள் பேசிக்கொண்டிருந்த அந்த நிமிடத்தில் உலகம் கேட்டுக்கொண்டிருந்தது என்று சொல்லவில்லை. எதிர் காலத்திலிருந்தபடி, ஆம் அவர்களே ஆவலுடன் எதிர்பார்த்த அந்த எதிர்காலத்திலிருந்தான் உலகம் அவர்களைக் கேட்டுக்கொண்டிருந்தது. இப்படித்தான் அன்று மாலை கோரிங் பேசிய அத்தனை உரையாடல்களும் கச்சிதமாகப் பதிவுசெய்யப்பட்டு ஆவணப்படுத்தப்பட்டு மீண்டும் கிடைத்தன. வியக்கத்தக்க வகையில், பொழிந்த அத்தனை குண்டு மழைகளிலும் அந்த ஆதாரங்கள் சேதமடையவில்லை.

கோரிங் - செயிஸ்-இன்கார்ட் எப்போது தனது அமைச்சரவையைத் தேர்வு செய்ய உள்ளார் ?

டோம்ப்ரோவ்ஸ்கி - மாலை 9.15 மணிக்கு.

கோரிங் - அந்த அமைச்சரவை மாலை 7.30க்குள் தேர்வு செய்யப்பட வேண்டும்.

டோம்ப்ரோவ்ஸ்கி - 7.30 மணிக்கு...

கோரிங் - கேப்பலெர் (Keppler) பெயர் பட்டியலைக் கொண்டு வந்து ஒப்படைப்பார். யார் சட்ட ஒழுங்கு துறையின் அமைச்சராக வேண்டும் என்பது உங்களுக்குத் தெரியும்தானே?

டோம்ப்ரோவ்ஸ்கி - ஆமாம்! ஆமாம்!

கோரிங் - பெயரைச் சொல்லுங்கள்.

டோம்ப்ரோவ்ஸ்கி - உங்கள் மைத்துனரைதானே சொல்லுகிறீர்கள்?

கோரிங் - சரியாகப் புரிந்துகொண்டீர்கள்.

ஒவ்வொரு மணி நேரத்திற்குமான அந்த நாளின் நிகழ்ச்சி நிரலை கோரிங் ஒன்றன் பின் ஒன்றாகச் சொல்கிறார். ஒன்றன் பின் ஒன்றாகச் சுருக்கமாகப் பேசப்பட்ட வாக்கியங்களில் மிரட்டும் தொனி மற்றும் அலட்சியப் போக்கு தெரிந்தது. அந்தப் பேச்சு களில் ஒரு கொள்ளைக்கார கூட்டத்திற்கே உரித்த அம்சங்கள் அப்பட்டமாகப் புலப்படுகின்றன. இப்போது படித்துக் காட்டப் பட்ட இந்தக் காட்சி பல வருடங்களுக்கு முன்பாக உண்மையில் வரலாற்றில் அரங்கேறிய போது, அந்தத் தொலைபேசி உரையாடல் முடிந்து இருபது நிமிடங்கள்கூட ஆகியிருக்காத நிலையில், செயிஸ்-இன்கார்ட் கோரிங்கை தொலைபேசி மூலம் தொடர்புகொண்டார். கோரிங் அவரை உடனடியாக மிக்ளாஸ்ஸை சென்று சந்திக்குமாறு கட்டளையிடுகிறார். அதோடு மாலை ஏழு முப்பதுக்கும் மிக்ளாஸ் அதிபரை நியமிக்கத் தவறினால் ஒரு மாபெரும் இராணுவ ஆக்கிரமிப்பு ஆஸ்திரியாவை துவம்சம் செய்யும் என்பதை அவருக்குப் புரிய வைக்குமாறும் கட்டளையிட்டார். இந்த உரை யாடல் கோரிங்கிற்கும் ரிபென்ட்ரோப்பிற்கும் இடையே மிக சாதுர்யமாக வேண்டுமென்றே ஆங்கிலேய உளவாளிகளை ஒட்டுக் கேட்க வைத்து நடந்த நாகரிகமான உரையாடலிலிருந்து முற்றிலும் மாறுபட்டது. நாசிகள் ஆஸ்திரிய விடுதலைக்காகப் போராடு பவர்கள் என்ற பிம்பம் துளியும் இல்லாத ஒரு உரையாடல் இந்த உரையாடல். ஆனால் ஒரு விஷயத்தை இங்கு கவனிக்க தவறி விடக்கூடாது. கோரிங் பிரயோகப்படுத்திய அந்த சொல்லாடல், "ஆஸ்திரியா துவம்சம் செய்யப்படும்" என்ற அந்த பயமுறுத்தல். அந்தச் சொற்களுக்குக் காட்சி வடிவம் தந்தால் அது பயங்கரமாக இருக்கும். ஆனால் இவை அனைத்தையும் நன்றாகப் புரிந்துகொள் வதற்கு நாம் வரலாற்றில் இன்னமும் பின்னோக்கிச் செல்ல வேண்டும், நமக்குத் தெரிந்த வரலாறு என்று இதுவரை எதை நம்பிக்கொண்டிருக்கிறோமோ அதை நாம் மறக்க வேண்டும், போரை மறக்க வேண்டும், அந்தக் காலகட்டத்தின் நடப்பு செய்தி களை ஒதுக்கி வைக்க வேண்டும், ஹிட்லரின் கொள்கைப் பரப்புச் செயலாளரான கோயபெல்ஸ் தொகுத்த காட்சிகளையும் அவருடைய பிரச்சாரங்களையும் நினைவுகளிலிருந்து அகற்ற வேண்டும். அந்த சமயத்தில் பிளிட்ஸ்க்ரைக் என்று அழைக்கப் படும் திடீர் அக்கிரமிப்பு யுக்தி வெத்து வேட்டாகப் ஒரு

மதிப்பற்ற சொல்லாகப் போனது. அதன் பொருள் வெறும் பான்சர் பீரங்கிகளின் போக்குவரத்து நெரிசல் என்பதைத் தவிர, ஆஸ்திரிய தேசிய நெடுஞ்சாலையில் பிரம்மாண்டமாய் பழுதாகி நின்ற பல இயந்திரங்கள் என்பதைத் தவிர வேறு ஒன்றும் இல்லை. 'Fureur' என்று அழைக்கப்படும் மனிதர்களின் உக்கிரமான கோபம் மட்டுமே அந்த நெடுஞ்சாலைகளில் இருந்தது. இந்த வார்த்தையே பின்னாளில் எதிர்பாராத விதமாக ஒரு விபரீதமான சொல்லாகப் பரிணமித்தது. இந்தப் போரில் நம்மைப் பிரம்மிக்கவைத்த ஒரு விஷயம் என்னவென்றால் அந்த வெற்றி துணிச்சலினால் மட்டுமே கிடைத்த ஒரு வரலாறு காணாத வெற்றி என்பதுதான். இதன் மூலம் நாம் கற்றுக்கொள்ளவேண்டிய பாடம் என்னவென்றால் மனிதர்கள் போலித்தோற்றத்தைக் கண்டுதான் பணிகின்றனர். நீதிக்கு முன்பு பணிய மறுக்கும், மக்களின் போராட்டத்திற்கு முன்பு பணியமறுக்கும், மிக உறுதியான, வலிமையான மனிதர்கள் கூட மாயத்தோற்றத்தைக் கண்டு பணிந்துவிடுகின்றனர்.

நுரெம்பெர்க் நீதிமன்றத்தில் தன் கை மணிக்கட்டின் மீது முகத்தின் தாடையை வைத்து தாங்கியபடி கோரிங் அல்டர்மேன் படித்ததைக் கேட்டுக்கொண்டிருந்தார். சில நேரங்களில் புன்னகைத் தார். கதையின் அத்தனை கதாபாத்திரங்களும் அங்கு ஒரே அறையில் ஒன்று கூடியிருந்தனர். அவர்கள் இப்போது பெர்லினிலோ, வியன்னாவிலோ, லண்டனிலோ தனித்தனியாகப் பிரிந்து இல்லை. ஒரு சில அடிகள் இடைவெளியில் ஒரே இடத்தில் கூடியிருந்தனர்: ரிபென்ட்ரோப்பும் அவரது பிரியாவிடை மதிய விருந்தும், செயிஸ்-இன்கார்ட்டும் அவருடைய நாசி முகாமில் உள்ள ஒரு மேற்பார்வையாளனுக்குரிய பணிவும், கோரிங்கும் அவருடைய கொள்ளைக்கார கும்பல் தலைவனின் மிரட்டல் தொனியும். கடைசியாகத் தன்னுடைய செயல் விளக்கத்தை முடிக்கும் போது அல்டர்மேன் மீண்டும் 13 மார்ச் தினத்திற்கே விஜயம் செய்தார். அந்த உரையாடல்களில் கடைசியாகப் பேசிய ஒரு சிறு பகுதி தான். அல்டர்மேனின் ஏற்ற இரக்கமற்ற சீரான குரல் அந்த உரை யாடலில் இருந்த கர்வம், கௌரவம் என அனைத்தையும் உரித் தெடுத்துவிட்டு உண்மையைச் சக்கை போல எடுத்துரைத்தது. மொத்தத்தில் ஒரு ஆகச்சிறந்த பித்தலாட்டம் அது.

கோரிங் - இங்கு வானிலை அற்புதமாக உள்ளது, மேகங்கள் அற்ற நீல வானம். நான் காபி குடித்துக்கொண்டே காற்று வாங்கியபடி, ஒரு நிழற்குடையின் கீழே என் வீட்டு பால்கனியில் அமர்ந்துள்ளேன். பறவைகள் பாடு கின்றன, ரேடியோவில் ஆஸ்திரியர்களின் உற்சாகத்தை என்னால் கேட்க முடிகிறது.

ரிபென்ட்ரோப் - ஆஹா அற்புதம்!

அந்தக் கணத்தில், சுவர் கடிகாரத்தின் கீழே குற்றவாளிகளின் கூண்டிலே நேரம் நகராமல் நின்றது: ஏதோ ஒன்று நடக்கிறது. மொத்த நீதிமன்றமும் அவர்களைத் திரும்பி பார்த்தது. பிரான்ஸ்-சுவார் (France - soir) என்ற பத்திரிகையின் சார்பில் நுரெம்பெர்க் நீதிமன்றத்திற்கு அனுப்பப்பட்ட சிறப்பு தொகுப்பாளரான கெஸ்ஸல் (Kessel) அவர்களின் கூற்றுப்படி "அற்புதம்" என்ற வார்த்தையைக் கேட்ட மாத்திரத்தில், கோரிங் சிரிக்க ஆரம்பித்தார். அளவுக்கு அதிகமாகவே நடித்து காட்டப்பட்ட இந்த வியப்பு எந்த அள விற்கு சரித்திரத்தின் எதிர் துருவத்தில் முக்கியமானதாக மாறி யுள்ளது என்பதை நினைத்து, தன்னுடைய தனிப்பட்ட நாகரி கத்தை நினைத்து, வரலாற்றின் மிகப் பெரிய நிகழ்வுகள் எப்படிப் புரிந்துகொள்ளப்படுகின்றன என்பதை நினைத்த கோரிங் ரிபென்ட்ரோப்பைப் பார்த்துச் சிரித்தார். ரிப்பேன்ட்ரோப்பும் பதிலுக்கு அசட்டுத்தனமாகக் குலுங்கிச் சிரித்தார். சர்வதேச நீதிமன்றத்தின் முன்பு, அதன் நீதிபதிகளின் முன்பு, அனைத்து நாடுகளின் பத்திரிக்கையாளர்களின் முன்பு, அழிவுகளுக்கும் இடிபாடுகளுக்கும் நடுவில் அமர்ந்துகொண்டு, அவர்களால் தங்களுடைய சிரிப்பை அடக்க முடியவில்லை.

உபரி பாகங்களின்கடை

புழுதி நிறைந்த இடங்களில்கூட உண்மை தன்னிலை மாறாமல் எங்கும் வியாபித்திருக்கும். அப்படித்தான் அன்டெர்ஸ் (மற்றொருவன்) என்ற பெயரைத் தனக்குத் தானே சூட்டிக்கொள்ளும் முன்பாக கூந்தர் ஸ்டெர்ன் (Günther Stern) என்ற யூத மதத்தைச் சேர்ந்த அந்த ஜெர்மனிய பேரறிஞர் அமெரிக்காவிற்குப் புலம் பெயர்ந்து சில்லறை வேலைகளைச் செய்து பிழைக்கும் நிலைக்குத் தள்ளப்பட்டார். சினிமாவிற்குத் தேவையான உடைகளையும் மற்ற உபரிப்பொருட்களையும் ஏற்பாடு செய்யும் வேலையை நாற்பது ஆண்டுகாலமாகச் செய்து வந்தார். அவர் பணிபுரிந்துகொண்டிருந்த ஹாலிவூட் கஸ்டம் பேலஸ் (Hollywood Custom Palace) என்ற அந்த மாபெரும் கடையில் மனித ஆடைகளின் வரலாற்றுப் பரிணாம வளர்ச்சியை நாம் கண்கூடாகப் பார்க்கலாம். அதாவது ஹாலிவூட் கஸ்டம் பேலஸ் என்பது துணிகளை வாடகைக்கு விடும் கடை. சினிமாவுக்காக க்ளெயோபட்ராவின் உடையிலிருந்து, தாந்தோனின் (Danton) உடையிலிருந்து, 13-14ஆம் நூற்றாண்டுகளின் கூத்தாடிகளின் உடைகள்வரை அனைத்தையும் ஹாலிவூட் பேலஸில் நம்மால் வாடகைக்குப் பெற முடியும். ஆம் மனித வரலாற்றில் ஆண்டியின் கோமணத்திலிருந்து அரசனின் ஆடைவரை வரலாற்றுப் பெருமைகள் அனைத்தும், ஆங்காங்கே ஒப்பனைகளாக உடைகளாகப் பரவிக்கிடக்கும். மரத்தாலான வாளும், அட்டைகளால் செய்யப்பட்ட கிரீடமும், காகிதத்தினால் கட்டப்பட்ட மதில் சுவர்களும் அனைத்தும் பொய். சுரங்கம் தோண்டுபவனின் சட்டையில் உள்ள கறுப்பு கறைகள், பிச்சைக்காரனின் தேய்ந்து போன முழங்கால், மரண தண்டனை விதிக்கப்பட்டவனின் கழுத்தில் உள்ள இரத்தம், என அனைத்தும் பொய். சரித்திரம் ஒரு மாபெரும் நாடகம். ஹாலிவுட் பேலஸில் போரில் உயிர் தியாகம் செய்தவனின் உடையும் ஒரு சமய குருவின் உடையும் ஒரே கொடியில் தொங்குவதை நம்மால் பார்க்க இயலும், அங்கு

பாரபட்சம் என்பதே இல்லை. பிம்பங்களும், திரைப்படங்களும், புகைப்படங்களும் மட்டுமே உலகை எடுத்துச்சொல்ல முடியாது- இது எனது நம்பிக்கை. அப்படித்தான் தன்னுடைய ஒவ்வொரு தளத்திலும் காலத்தின் ஒருபகுதியை மட்டும் உடைகளின் மூலம் நமக்கு உணர்த்தும் ஒரு அடுக்குமாடி கட்டடம் நமக்கு அர்த்த மற்றதாகவும், பைத்தியக்காரத்தனமானதாகவும் தென்படலாம். பிரம்மாண்டத்தின் நடுவில் சிக்கிச் சிறுத்துப்போனது போனது போல் நமக்கு ஒரு உணர்வு. அழுக்குக்கூட அங்கே ஒப்பனைதான், புழுதிக்கூட ஒருவித துகள்தான், உடல்காயம் கூட ஒரு மாயை தான், தோற்றமே உண்மையென நம்பப்படுகிறது. ஆனால் மொத்த மனித வரலாற்றையும் இப்படி உருவாக்குவது என்பது உண்மை யிலேயே ஒரு சாதனைதான். ஹாலிவூட் பேலஸ் அளவுக்கு அதிகமாகவே துணிகளையும், காலங்களையும், அவற்றில் பல வகைகளையும் தன்னுள் கொண்டிருந்தது. ரோமானிய அங்கியும், எகிப்திய தட்டுமுட்டுச் சாமான்களும், கிரேக்க பொருட்களும், இடுப்பில் கட்டும் கச்சையிலிருந்து பட்டாடை வரை அனைத்தும், வண்ணமயமான குஜராத்தி சேலையும், வங்காளத்தின் பாலுச்சேரி புடவையும், பாண்டிச்சேரியின் மெல்லிய பருத்திநூல் புடவையும் என அங்கு கிடைக்காதது என்று எதுவுமே இல்லை, போன்ச்சோஸ் (ponchos), ஹுக்ஸ் (huques), முதல் முதலில் கைகள் வைத்தது தைக்கப்பட்ட ஆடைகள், விலங்குகளின் தோல்கள், பேண்ட் சூட்டின் தாத்தன் பாட்டிகள் என அனைத்தும் அங்கு கிடைக்கும். மொத்தத்தில் ஹாலிவூட் பேலஸ் ஒரு புதையல் குகை. அங்கு பணிபுரிவது என்பது வெளியில் சொல்லி பெருமைகொள்ளும் அளவுக்கு இல்லை என்றாலும், மேரி ஸ்டுவர்ட் (Marie Stuart), பான்ச்சோ வில்லா (Pancho Villa) போன்ற வரலாற்று மனிதர்களின் உடைகளைப் பராமரிப்பதும், நெப்போலியனின் தொப்பியைத் துடைத்து வைப்பதும் என சினிமா ஆடைகளின் விற்பனையாளர் என்பதும் ஒரு வித கொடுப்பினைதான்.

தன்னுடைய தனிப்பட்ட டைரியில் கூந்தர் ஸ்டெர்ன் என்ன கூறுகின்றார் என்றால்: எல்லா ஆடைகளும் அங்கே உண்டு சர்க்கஸ் குரங்குகளின், நாய்களின் உடுப்புகள் மட்டுமின்றி, ஆதாம் உடுத்திய இலைகளிலிருந்து ஹிட்லரின் SA (Sturmabteilung) என்னும் அதிரடி புயற்படை வீரர்களின் காலணிகள் வரை அனைத்தும்

உண்டு. எல்லாவற்றிற்கும் மேலாக நம்மை அதிசயிக்க வைப்பது என்னவென்றால், உலகிலுள்ள எல்லா ஆடைகளையும் அங்கே காண்பது அல்ல, மாறாக எதிர்காலத்தில் வரலாறாகப்போகும் நாசி வீரர்களின் உடைகள் ஏற்கெனவே வரலாறாக ஆக்கப்பட்டு அங்கே தொங்கவிடப்பட்டிருந்ததுதான். இதில் இன்னமும் அதிசயிக்க வைப்பது என்னவென்றால் அந்த நாசி வீரர்களின் காலணிகளைத் துடைத்து மிளிரவைத்துக்கொண்டிருந்தது ஒரு யூதன் என்பதுதான். ஆனால் அந்தத் துணிமணிகளைப் பராமரிப்பது என்பது அவசியம். ஹாலிவூட் பேலஸின் மற்ற பணியாளர்களைப்போலவே கூந்தர் ஸ்டெர்னும் எந்த அளவுக்கு க்ளாடியேட்டர்களின் காலணிகளையும், சீன காலணிகளையும் பாலிஷ் செய்து பளபளக்க வைக்க வேண்டுமோ அதே அளவிற்கு நாசி வீரர்களின் காலணிகளையும் பராமரிப்பது அந்தப் பணியின் கட்டாயம். இதில் உணர்ச்சிகளுக்கு இடமே இல்லை. படப்பிடிப்பின்போது உடுப்புகள் அனைத்தும் உலகின் மிகப் பெரிய திரைப்படக் குழுவின் படப்பிடிப்பிற் கென்று தயாராக இருந்தாக வேண்டும் அவ்வளவுதான். அந்த உடைகள் அங்கே விரைவில் தயாராகிவிடும்: அவை உண்மை யான உடைகளைவிட மிக நிஜமான தோற்றமுடையவை, அருங்காட்சியகங்களில் இருக்கும் பழைய உடைகளைவிட அழகானவை. ஒரு பொத்தான் கூட விழாமல், ஒரு நூல்கூட பிரியாமல் கனகச்சிதமாக விற்பனைக்கு கடையில் காட்சிப்படுத்த போட்டதுபோல் காத்திருக்கும் மெய்யை விஞ்சும் நகல்கள் ஒவ்வொரு பட செட்டிங்கிற்கும் கிடைக்கும். வெறும் அற்புதமான நகல்களாக இருப்பது மட்டும் அந்த உடைகளின் வேலை அல்ல. அவை தேய்ந்தும், கிழிந்தும், பொத்தல் விழுந்தும், அழுக்கு படிந்தும் இருக்கவேண்டிய அவசியம் உள்ளது. ஏனென்றால் நிஜ உலகில் அனைவரும் அப்படித்தான் இருப்பர். அந்த நிஜ உலகை பிரதிபலிப்பதுதான் அந்த உடைகளின் வேலை. எனவே சில பொய்யான கிழிசல்களும், பொய்யான கறைகளும், பொய்யான தேய்மானங்களும் அந்த உடைகளில் பாதுகாக்கப்பட்டன. காலம் ஏற்கெனவே கடந்துவிட்டது என்பதை உணர்த்தவேண்டியதன் அவசியம் அந்த உடைகளுக்கு.

இப்படித்தான், ஸ்டாலிங்க்ராட் (Stalingrad) போர் நடப்பதற்கு வெகு முன்னதாகவே, பார்பரோஸ்ஸா (Barbarossa) திட்டம்

திட்டப்படுவதற்கு, ஏன் அப்படியொரு திட்டம் உருவாகி கருவா வதற்கு வெகு முன்னரே, பிரான்ஸ் அக்கிரமிப்பு செய்யப்படுவதற்கு முன்னரே, அத்தகைய ஆக்கிரமிப்பு பற்றிய யோசனை ஜெர்மானி யர்கள் மூளையில் உதயமாவதற்கு வெகு முன்னரே, அந்த போர்கள் ஹாலிவூட் பேலஸின் அலமாரிகளில் அணிவகுத்து நின்றுகொண் டிருந்தன. திரைப்படங்களை உற்பத்தி செய்யும் மாபெரும் அமெரிக்க இயந்திரம் போரின் கலவரத்தைத் தன் உள்ளங்கைகளில் கதையாக வைத்திருந்தது போல் தோன்றியது. அந்த மாபெரும் இயந்திரம் போரை சாகசங்களாக மட்டுமே எடுத்துச் சொல்ல போகிறது. அதை வைத்து வருமானமும் ஈட்டப்போகிறது. ஒரு நல்ல கதை, மொத்தத்தில் ஒரு நல்ல வியாபாரம் மொத்தத்தில், நாசிகளின் பான்சேர் பீரங்கிகளோ, ருஷியர்களின் ஸ்டுக்கா விமா னங்களோ, ஸ்டாலினின் பல ஏவுகணைகளை ஒன்றாக எறியும் எந்திரமோ பொருட்களை சேதப்படுத்தி மீண்டும் மீண்டும் மறு உருவாக்கமும் மறுசீரமைப்பும் செய்யவில்லை. ஆனால் அங்கு கலிஃபோர்னியாவின் தொழிற்சாலையில் செங்குத்தான சாலை களுக்கு இடையே ஒரு டோனட் கடையின் முன்னோ அல்லது ஒரு பெட்ரோல் பங்கின் முன்னோ நமது வாழ்க்கையின் கஷ்ட நஷ்டங்கள் பொது உலகின் முன் உண்மையென்று உறுதிப்படுத்தப் படுகின்றன. அங்கு உலகின் முதல் பல்பொருள் அங்காடிகளில், உலகின் முதல் தொலைகாட்சி நேயர்களின் முன்பாக, டோஸ் டருக்கும் கால்குலேட்டருக்கும் இடையில், உலக வரலாறு உண்மை யான பல்லவியில் பாடப்படுகிறது, அதுவே அதன் மாறாத பதிவாகும்.

பிரான்ஸை ஆக்கிரமிப்பு செய்ய ஃபியூரெர் திட்டமிட்டுக் கொண்டிருந்தபோது, முக்கிய ஜெர்மனிய படைத்தளபதிகள் ஷ்ளிபனின் (Schlieffen) பழைய போர் தந்திரங்களைப் புத்துயிர் பெறச்செய்துகொண்டிருந்தபோது, ஜெர்மனிய எந்திர வல்லுநர்கள் பழுதடைந்த பான்சர் பீரங்கி வண்டிகளைச் செப்பனிட்டுக் கொண்டிருந்த போது, ஹாலிவூட் ஏற்கெனவே அவர்களின் உடுப்பு களைக் கடந்த காலத்திற்கான அலமாரிகளில் அடுக்கி வைத்து விட்டது. அவை முடிந்துபோன காலத்திற்கான கொக்கிகளில் தொங்கவிடப்பட்டோ அல்லது மடித்து அடுக்குகளாய் பழைய பொருட்களோடு சேர்த்து வைக்கப்பட்டோ இருந்தன. குருடும்

செவிடுமான அன்றய பிரஞ்சு அதிபர் லெபரன் (Lebrun) லாட்டரி பற்றிய சட்டங்களை இயற்றிக்கொண்டிருந்த போது, ஹாலிஃபாக்ஸ் ஒரு கூட்டாளி போல தன்னுடைய விளையாட்டை விளையாடிக் கொண்டிருந்த போது, குழம்பிய ஆஸ்திரிய மக்கள் தங்களைக் காப்பாற்ற ஏதோ ஒரு தேவதூதன் வந்துவிட்டதாக எண்ணி ஒரு முட்டாளைப் போற்றியபோது, நாசி வீரர்களின் உடுப்புகள் ஏற்கெனவே துணிகளை வாடகைக்கு விடும் கடையில் ஒரு மூலையில் வைக்கப்பட்டிருந்தன.

மகிழ்ச்சியின் மெல்லிசை

மார்ச் 15ஆம் தேதி அன்று, ஆஸ்திரியாவின் சக்கரவர்த்தி மாளிகையின் முன்பு இருந்த திடலில் மக்கள் கூட்டம் நிரம்பி குதிரையில் அமர்ந்தபடியுள்ள சார்லஸ் ஆப் ஆஸ்திரியாவின் மாபெரும் சிலை வரை கூடியிருந்தது. ஏமாற்றப்பட்ட, சுரண்டப் பட்ட பரிதாபத்திற்குரிய ஆஸ்திரிய மக்கள் கூட்டம் கடைசியாக நடப்பதை ஏற்றுக்கொள்ளும் மனபக்குவத்தில் தங்களின் கர கோஷங்களை எழுப்பக் கூடியிருந்தனர். வரலாற்றின் மேற்பரப்பில் மூடியுள்ள கந்தல் துணிகளை விலக்கிப்பார்த்தால் நமக்குத் தெளி வாகத் தெரிவது இதுதான்: சமத்துவத்திற்கு எதிரான அதிகாரப் படிநிலை மற்றும் சுதந்திரத்திற்கு எதிரான சட்டம். அப்படித்தான் ஒரு குறுகிய மனப்பான்மை கொண்ட ஆபத்தான தேசமாக ஆஸ்திரியா மாறுகிறது என்ற கருத்தில் தொலைந்துபோய், சமீப காலத்தில் ஒரு மாபெரும் தோல்வியால் துவண்டுபோன அந்த மக்கள் கூட்டம் வேறு வழியின்றி தங்களின் இரண்டு கரங்களையும் மேலே உயர்த்தியது. அங்கு சிஸ்ஸி (Sissi) மாளிகையின் பால் கனியில் நின்றபடி முன் பின் அறியாத, கனத்த, விசித்திரமான கவலையூட்டும் ஒரு குரல் தன்னுடைய பேச்சை ஒரு அருவருப்பான கரகரத்த கூச்சலோடு முடித்தது. அது ஹிட்லரின் குரல்தான். ஜெர்மனிய மொழியில் ஒரு பிதற்றலைப்போன்ற அந்தப் பேச்சு கிட்டத்தட்ட பிற்காலத்தில் சார்லி சாப்ளின் தி கிரேட் டிக்டேட்டர் (The Great Dictator) என்ற திரைப்படத்தில் ஜெர்மனிய மொழியை போன்றே போலியான ஒரு மொழியை சுயமாக உருவாக்கி ஹிட்லரை நையாண்டி செய்து நடித்துக்காட்டியது போலத்தான் இருந்தது. யாரையோ கோபத்தில் சபிப்பது போல தோன்றும் அந்த பாஷணையில் ஆங்காங்கே அவ்வப்போது மிக அழுத்தத்துடன் உச்சரிக்கப்பட்ட 'யூதர்கள்', 'போர்' போன்ற வார்த்தைகளை மட்டும் தெளிவாகக் கேட்கமுடிந்தது. பால்கனியில் நின்றபடி ஆஸ்திரியா ஜெர்மனியுடன் இணைக்கப்படுவதை ஃபியூரெர் அறிவிக்க,

கரகோஷங்கள் ஏகமனதாக, மிக சத்தமாகவும், மிக உற்சாகத் துடனும் எழுப்பப்பட்டதைப் பார்க்கும்போது, அந்தக் காலகட் டத்தில் மற்ற நிகழ்வுகளின்போது பார்க்கப்படும் அதே ஆஸ்திரிய மக்களா இவர்கள் என்று ஆச்சரியப்பட வைக்கும். அதே கூச்சல்கள் தானா இவை? எல்லா வீடியோ படங்களிலும் அவர்கள் ஒரே மாதிரியாக தெரிவர். ஏனென்றால் நாம் பார்ப்பது வெறும் திரைப்படங்களை. டாக்குமெண்டரி படங்களும், பிரச்சாரத்திற்காக எடுக்கப்பட்ட படங்களும்தான் நமக்கு வரலாற்றைச் சொல்லித் தருகின்றன. அத்தகைய படங்களே சரித்திரத்தைப் பற்றிய நமது அறிவைச் செதுக்குகின்றன. சரித்திரத்தைப் பற்றிய நமது சிந்தனைகள் அனைத்தும் அந்த வெள்ளித்திரையால்தான் நிர்ண யிக்கப்படுகிறது.

சிலநேரங்களில் நமக்கு சுத்தமாக எதுவுமே புரியாது. வீடியோ படத்தில் யார் பேசுகிறார்கள் என்றுகூட தெரியாது. அந்தக் காலத்தில் எடுக்கப்பட்ட டாக்குமெண்டரி படங்கள் அனைத்தும் ஏதோ ஒரு மாந்திரீக செய்வினைபோல் நமது நினைவுகளிலிருந்து அகல மறுக்கின்றன. முதலாம் உலகப்போரும் அதன் ஆரம்ப கட்டங்களும் எண்ணற்ற சுருள் படங்களின் வழியாக உண்மை எது? பொய் எது? என்று தெரியாதபடி நமக்கு வழங்கப்படுகின்றன. ஹிட்லரின் சர்வாதிகார அரசான ரெய்ச் அரசு அதிக சினிமா தயாரிப்பாளர்களையும், கேமரா மேன்களையும், ஒளி மற்றும் ஒலிப்பதிவாளர்களையும், மேலும் அத்தகைய தொழில் செய் வோரை மட்டுமே தனக்காக பணியில் அமர்த்தியிருந்தது. ருஷி யர்களும் அமெரிக்கர்களும் முதலாம் உலகப்போரில் பங்கெடுக்கும் முன்னராக எடுக்கப்பட்ட அனைத்து சுருள் படங்களும் ஹிட்லரின் பிரச்சார அமைச்சரான ஜோசப் கோயபெல்ஸ் (Joseph Goebbels) ஆணையின் கீழ் எடுக்கப்பட்டவை. வரலாறு ஜோசப் கோய பெல்ஸால் இயக்கி எடுக்கப்பட்ட ஒரு திரைப்படமாகவே நம் கண்களின் முன் இன்றும் காட்டப்படுகிறது என்பது ஒரு வியக்கத் தக்க உண்மை. உலகிற்கு ஜெர்மனியால் வழங்கப்பட்ட செய்திகளே புனைவுகளின் முன்மாதிரியாக உள்ளது. அப்படித்தான் அஞ்சலெஸ் என்றழைக்கப்படும் ஜெர்மனியுடன் ஆஸ்திரியா இணைக்கப்பட்ட அந்த நிகழ்வு ஒரு மாபெரும் வெற்றியாகப் பார்க்கப்பட்டது. மக்களின் உற்சாக கரகோஷங்கள் சுருள் படத்தில் பின்னாளில்

சேர்க்கப்பட்டது. அதன் ஒலிவடிவம் அந்தப் படத்தோடு டப்பிங் கைப்போல் ஒத்திசைவு செய்யப்பட்டது. அத்தோடு பால்கனியில் ஹிட்லர் தோன்றியபோது எழும் அபரிமிதமான கரகோஷங்கள் அனைத்தும் அப்போது எழவேயில்லை என்று சொல்லப்படுகிறது.

நான் அந்தப் படங்களை மீண்டும் மீண்டும் பார்த்தேன். ஒட்டு மொத்த ஆஸ்திரியாவின் நாசி ஆதரவாளர்கள் பெரும்பான்மை யானவர்களை அந்த நிகழ்வின்போது வரவைத்தனர் என்பது உண்மை தான். ஆனால், ஒன்றை மட்டும் நினைவில் கொள்ள வேண்டும், யூதர்களும் எதிர்கட்சியினரும் சிறைப்படுத்தப்பட்டிருந்தனர். ஆத லால் அங்கு கூடியிருந்த கூட்டம் நன்கு சல்லடையில் சலித்து ஒவ்வொருவராய் பொறுக்கி தேர்வு செய்யப்பட்ட மக்களின் கூட்டம், தானாகக் கூடியது அல்ல. ஆம் அந்தச் சுருள் படங்களில் ஆஸ்திரியர்கள் உள்ளனர், அது ஒரு சினிமாவுக்காக மட்டும் கூடிய கூட்டம் அல்ல. பொன்னிற தலைமுடியுடன் குதூகலமான இளம் பெண்களும் அந்தச் சுருள் படத்தில் உள்ளனர். உற்சாகத்தில் துள்ளிக் கூச்சலிடும் அந்த இளம் தம்பதியினர், அந்தப் புன்னகைகள், அந்தக் கையசைவுகள், நாசிக்கூட்டம் கடந்து செல்லும் போது காற்றில் நடுங்கும் கொடிகள். மரியாதைக்கு துப்பாக்கிகள் முழங்காதது ஒன்றுதான் குறை, என்ன கொடுமை.

இருப்பினும் அனைத்தும் எதிர்பார்த்தது போலவே நடந்திட வில்லை. அன்றைய தினம் வரை உலகின் தலைசிறந்த போர்ப் படையாகக் கருதப்பட்ட ஒன்று ஒரு வெற்று தகர டப்பாவைத் தவிர வேறு ஒன்றும் இல்லை என்பது அந்தச் சமயத்தில்தான் நிரூபணமானது. ஆயினும், அந்தத் தயாரற்ற நிலையிலும், குறை பாடுடைய உபகரணங்களுடனும், ஹிண்டன்பெர்க் (Hindenburg) என்று புதிதாய் பெயர் சூட்டப்பட்ட செப்பலின் (zepplin) என்ற வானூர்தி நியூ ஜெர்சியில் தரை இறங்கும்போது வெடித்து சிதறி அதில் இருந்த முப்பத்து ஐந்து பயணிகள் மரணத்தைத் தழுவியபோதும், lutwaffe என்று அழைக்கப்படும் ஜெர்மனிய விமான போர்படைத் தளபதிகளுக்கு இன்னமும் விமானவியலை பற்றிய பரிச்சயம் ஏதும் இல்லாதபோதும், அவர்களுக்கு அதைப் பற்றி எந்தவித முன்அனுபவமும் அறிவும் இல்லாதபோதிலும், உலகின் சிறந்த படையைத் தான் வழிநடத்திச் செல்வதாகப் பெரு மிதம் கொண்டபோதிலும், அன்றைய நிகழ்வுகள் ஜெர்மனிய

படையை ஒரு அற்புதமான போர் இயந்திரம் போன்றுதான் காட்டியது. திறமையாகத் திட்டமிடப்பட்ட கட்டமைப்புகளில், உற்சாக கூக்குரலெழுப்பும் கூட்டத்தின் நடுவில் கவச ஊர்திகள் நகர்ந்து செல்வதை நம்மால் காண முடிகிறது. இந்தப் படையா சற்று முன்பு பழுதாகி தெருவின் ஓரத்தில் நின்றுகொண்டிருந்தது? என்று நம்பமுடியாத அளவுக்கு இருந்தது அந்த அணிவகுப்பு. ஜெர்மனியப்படை வெற்றியின் பாதையில் முன்னேறிச்செல்வது போல் தோன்றுகிறது. அந்த பாதை அவர்களுக்காகப் பூக்களாலும் புன்னைகைகளாலும் நிறைந்ததுபோல இருக்கின்றது. ரோமானிய வரலாற்று ஆசிரியரான சூயெட்டோனியஸ் (Suetonius) தனது சரித்திர குறிப்புகளில் காலிகுலா (Caligula) என்ற ரோமானிய சக்கர வர்த்தியைப் பற்றி கூறுகையில்: கலிகுலா ஒருமுறை ரோமானியப் படையை வடக்கு நோக்கி வழிநடத்தி சென்றதாகவும், அங்கே ஒரு கடற்கரையை அடைந்தவுடன் ஏதோ ஒரு உற்சாகத்தில், மனம் சற்று பேதலித்த நிலையில், திடீரென்று தனது படை வீரர்களை வரிசையாக அணிவகுத்து கடற்கரையில் நிற்குமாறு ஆணை யிட்டார், பின்னர் அந்த வீரர்களைக் கரையில் காணப்படும் கிளிஞ்சல்களையும், சிப்பி ஓடுகளையும் பொறுக்கிச் சேகரிக்குமாறு ஆணையிட்டார் என்று கூறுகிறார். அதே போல்தான் அன்று நடந்தவற்றை பிரஞ்சு கண்ணோட்டத்தில் பார்க்கும்போது, ஜெர் மனியப்படை வீரர்கள் புன்னகைகளைப் பொறுக்கிச் சேகரித்துக் கொண்டிருந்தது போல் நமக்குத் தோன்றுகிறது.

சில நேரங்களில் நமக்கு நடப்பவை அனைத்தும் சில மாதங் களுக்கு முன்பாகவே ஒரு பத்திரிக்கை இதழில் செய்தியாக வெளிவந்தது போல தோன்றும். அது நாம் ஏற்கெனவே கண்ட ஒரு கெட்ட கனவுபோல இருக்கும். அப்படித்தான், அஞ்சலுஸ் நிகழ்ந்து ஆறு மாதங்கள் கூட முழுதாய் முடிந்திருக்காது. 1938, செப்டம்பர் 29 அன்று முனிக் நகரத்தில் நடைபெற்ற பிரபலமான மாநாட்டில் அனைவரும் ஒன்றுகூடினர். ஹிட்லரின் வெறியாட்டத்திற்குப் போடும் கடைசி தீனியாக செக்கோஸ்லோவேகியாவை பேரம் பேசினர். பிரஞ்சு மற்றும் ஆங்கிலேய அரசியல் தலைவர்களின் குழுக்கள் ஜெர்மனிக்கு வருகை தந்தன. வரவேற்பு நன்றாகவே இருந்தது. பெரிய அறையின் நடுவில் கண்ணாடித் துண்டுகளைக் கோர்த்து செய்யப்பட்டிருந்த சர விளக்கு ஒன்று சற்று சலசலத்தது.

அது ஆலய மணிகளைச் சில நேரங்களில் காற்று தாலாட்டி அசைத்து ஓசையை எழுப்புவதுபோல் இருந்தது. அந்த சர விளக்கு தன் கீழே நின்றுகொண்டிருந்த பூச்சாண்டிகளைப்போல அதுவும் தன் பங்கிற்கு பயமூட்டியது. டாலாடியே (Daladier) மற்றும் ஷாம் பெர்லைன் குழுவினர் ஹிட்லரிடம் சில சில்லறை தயவுகளை பேரம்பேசி பெறுவதற்கு முயன்றனர்.

வரலாற்றின் முதுகில் மேலும்மேலும் சுமைகள் ஏற்றப்பட்டு அது நசுக்கப்படுகிறது. அது சிலநேரங்களில் நமது துயரங்களை அதன் கதாநாயகர்களின் முகத்தில் அப்பிவிடுகிறது என்று நம்பு கிறோம். கறை படிந்த கால்சட்டைகள், பழைய மேசைத்துணி, காபி கறை, செக் புக்கின் கிழிந்த பகுதி என எதையுமே நமக்குக் காட்டாது. நடந்தவை அனைத்தும் அழகிய குறைகளற்ற காட்சி களாக மட்டுமே நமக்குக் காட்டப்படுகிறது. ஆயினும், நாம் சற்று உற்றுப்பார்த்தோம் எனில், ஷாம்பெர்லைனும், டாலாடியேவும் முனிக்கிள் இருந்தபோது, கையொப்பமிடுவதற்குச் சற்று முன்ன தாக எடுக்கப்பட்ட புகைப்படத்தில், ஹிட்லருக்கும் முசோலி னிக்கும் அருகில் நின்று கொண்டிருக்கும் அந்த பிரஞ்சு மற்றும் ஆங்கில பிரதம மந்திரிகளின் முகங்கள் பெருமையைப் பறை சாற்றுவதாக இல்லை. இருப்பினும் அவர்கள் அந்த ஒப்பந்தத்தில் கையொப்பமிட்டனர். ஆம் நாசி முறையில் மரியாதை செலுத்தி கரகோஷத்தை எழுப்பிய மக்கள் கூட்டம் இருபுறமும் நிரம்பிய முனிக் நகர சாலைகளைக் கடந்து வந்த பின்பு அவர்கள் ஒப்பந்தத்தில் கையொப்பமிட்டனர்.

டாலாடியே தொப்பியைத் தலையில் அணிந்தபடி தனது மரி யாதையைச் சிறிதளவு வெளிப்படுத்துவதையும், மற்றவரான ஷாம் பெர்லைன், தன்னுடைய ஆங்கில தொப்பியை, hat டை கையில் பிடித்தபடி பெரும் புன்னகை புரிவதையும் நன்றாக காணமுடிகிறது. அமைதியின் களைப்படையா கைவினைக்கலைஞர் என்று அன்றைய காலட்டத்தில் பத்திரிகைகளால் போற்றப்பட்ட ஷாம் பெர்லைன், கறுப்பு வெள்ளை புகைப்படத்தில், இரண்டு வரிசை நாசி இராணுவ வீரர்களுக்கு மத்தியில் வாயில் படிகளில் நித்திய மாக எறியபடி உள்ளார்.

அந்தச் சமயத்தில், அந்த நிகழ்வின் அப்போதைய வர்ணனை யாளர் உற்சாகத்தில், "டாலாடியே, ஷாம்பெர்லைன், முசோலினி, ஹிட்லர் என நான்கு நாட்டுத்தலைவர்களும் அமைதிக்காக்க ஒற்று மையாக இணைந்து எதிர்காலத்தின் நன்மைக்காகக் கையொப்ப மிடுகின்றனர்" என்று மூக்கைப் பிடித்துக்கொண்டு பேசும் குரலில் கூறுகிறார். சரித்தரம் அந்த வர்ணனைகளை வரும் நாட்களில் கேலிசெய்து அதை முற்றிலும் நகைச்சுவைக்குரியதாக மாற்றி விட்டது. "முனிக்கில் ஒரு மாபெரும் நம்பிக்கை பிறந்தது போல் உள்ளது". இந்த வார்த்தைகளைச் சொன்னவர்கள் அதன் அர்த்தத்தை கூட அறிய மாட்டார்கள். சொர்க்கத்தின் வார்த்தைகளைப் பேசினர், ஏனென்றால் அங்குதான் அனைத்தும் அமிழ்தமாகத் தெரியும். அதன் பிறகு, எடூவர்ட் டாலாடியே பாரிசு நகர ரேடியோவில், ஆயிரத்து அறுநூற்று கணக்கில் ஒரு பெரிய அலைவரிசையில், ஒரு சிறிய இசைத் தொகுப்பிற்குப் பின்னர் ஐரோப்பாவின் அமைதியை தான் காப்பாற்றிவிட்டதாகத் தீர்க்கமாகக் கூறினார். ஆம் அப்படித்தான் நம்மிடம் கூறினார். அந்த வார்த்தைகளை அவரே நம்பவில்லை என்பதுதான் உண்மை. "இந்த முட்டாள் களுக்கு உண்மை தெரியாமல் இருப்பதே நல்லது" என்று ஆரவாரத் துடன் அவரை வரவேற்ற கூட்டத்தின் முன் விமானத்தில் இருந்து இறங்கும்போது அவர் தனக்குத் தானே சொல்லிக்கொண்டிருக் கலாம். எங்கும் குப்பைக்கூளங்களாய் நிரம்பியிருக்கும் துயரங் களுக்கு மத்தியில், இதைவிட இன்னமும் மோசமான நிகழ்வுகள் காத்திருக்கும் வேளையில், பொய் வார்த்தைகளுக்கு என்று ஒரு இனம்புரியாத மதிப்பு மேலோங்கி வியாபித்திருந்தது. போலித் தனங்கள் உண்மைகளை வீழ்த்தி தரையில் தள்ளின. நம் அரசியல் தலைவர்களின் சூளுரைகளெல்லாம் ஒரு வசந்தகால புயல் காற்றில் தகட்டுக்கூரைகளைப் போல் அடித்துக்கொண்டு பறக்கப் போகின்றன.

இறந்தவர்கள்

ஜெர்மனியுடன் ஆஸ்திரியா இணைக்கப்பட்டதை சட்டப் படி நிலையானதாக மாற்ற, மக்களிடையே ஒரு பொது வாக் கெடுப்பு நடத்தப்பட்டது. மிச்சமிருந்தது கொஞ்சநஞ்ச எதிராளி களையும் கைது செய்தனர். கிறிஸ்த்துவ ஆலயங்களின் பாதிரி யார்கள் நாசிகளுக்கு வாக்களிக்குமாறு மக்களிடையே தாங்களே சென்று பிரச்சாரம் செய்தனர். ஆலயங்களின் வெளிப்பகுதியில் நாசிகளின் சின்னமான ஸ்வஸ்திக்கைத் தொங்கவிட்டனர். சமூக ஜனநாயக கட்சியின் மூத்த தலைவர்கூட நாசிகளுக்கு வாக்களிக்கு மாறு கேட்டுக்கொண்டார். எதிர்த்து பேச ஒரு குரல்கூட இல்லை. 99.75 சதவிகித ஆஸ்திரியர்கள் ரெய்ச்சுடன் ஆஸ்திரியாவை இணைக்க வேண்டும் என்று வாக்களித்தனர். அந்த நேரத்தில்தான் நமது கதையின் முற்பகுதியில் வந்த இருபத்து நான்கு கன வான்கள், ஜெர்மனியின் மாபெரும் தொழிற்துறையின் பாதிரி யார்கள், நாட்டை எப்படித் தங்களுக்குள் கூறுபோட்டு பிரித்துக் கொள்வது என்று ஆராய்ந்துகொண்டிருந்தனர். அப்போதுதான் ஹிட்லரின் வெற்றிகரமான சூறாவளி பிரச்சாரம் ஆஸ்திரியாவில் முடிந்திருந்தது. அந்தப் பிரச்சாரப் பயணத்தின் போது ஹிட்லரை அனைவரும் கொண்டாடினர்.

அப்படி இருந்தபோதும், ஆஞ்சலுஸுக்கு சற்று முன்னதாக, ஆயிரத்து எழுநூறுக்கும் மேற்பட்ட தற்கொலைச் சம்பவங்கள் ஒருவார கால கட்டத்திற்குள் நடந்தன. கூடிய விரைவில் ஒரு தற்கொலை நடந்ததை பத்திரிகைகளில் அறிவிப்பதுகூட அதி காரத்தை எதிர்க்கும் செயலாகக் கருதப்பட்டது. சில பத்திரிகை யாளர்கள் துணிவுடன் "திடீர் மரணம்" என்று மட்டும் எழுதினர். பதிலுக்கு அவர்களின் மீது ஏவப்பட்ட ஒடுக்குமுறை நடவடிக் கைகள் அவர்களையும் வாயடைக்க வைத்தது. விபரீதமான பின் விளைவுகளைச் சந்திக்காமலிருக்க அதே விஷயத்தைச் சொல்லும்

வேறு வார்த்தைகளும் வாசகங்களும் தீட்டப்பட்டன. இதன் காரண மாகத் தங்களின் வாழ்வுக்குத் தாங்களே முற்றுப்புள்ளி வைத்தவர் களின் எண்ணிக்கை தெரியாமல் போனதோடு அவர்களின் பெயர் களும் அறியப்படாமல் அழிந்தன. ஜெர்மனியுடன் ஆஸ்திரியா இணைக்கப்பட்ட நாளின் மறுதினம் கூட நியூ பிரீ பிரஸ் Neue Freie (புதிய சுதந்திரம்) என்ற நாளிதழ் நான்கு இரங்கல் செய்திகளை வெளியிட்டது: மார்ச் 12ஆம் தேதி அதிகாலையில் நாற்பது வயதுடைய அரசு ஊழியர் அல்மா பைரோ (Alma Biro) என்பவர் தனது மணிக்கட்டு நரம்பை வெட்டிக்கொண்டு, பின்னர் தன் வீட்டின் சமையல் எரிவாயுவைத் திறந்துவிட்டார். அதே சமயத்தில் சுமார் நாற்பத்து ஒன்பது வயதுடைய கார்ல் ஸ்லேசிங்கர் (Karl Schlesinger) என்ற எழுத்தாளர் தன் தலையில் சுட்டுக்கொண்டார். ஒரு வீட்டில் பணிப்பெண்ணாக இருந்த அறுபத்து ஒன்பது வயதான ஹெலென் குஹனேர் (Helen Kuhner) என்பவரும் தற்கொலை செய்துகொண்டார். அன்று மதிய வேளையில் முப்பத்து ஆறு வயதுடைய, அரசு ஊழியராகப் பணிபுரிந்த லியோபோல்டு பியன் (Leopold Bien) என்பவர் தனது மாடி வீட்டின் ஜன்னலின் வழியே வெளியே குதித்து மாய்ந்தார். “அவருடைய இந்தச் செயலுக்கான காரணங்கள் அறியப்படவில்லை” என்று செய்தியின் கீழே எழுதப் பட்ட அந்தச் சிறு குறிப்பு வெட்கி தலைகுனியவைக்கிறது. ஏனென்றால் மார்ச் 13ஆம் தேதி, இதன் காரணங்களை அறியாதவர் இருக்கமாட்டார். நாம் அதை காரணங்கள் என்று பன்மையில் சொல்வதைவிட ஒரே ஒரு காரணம் என்றுதான் சொல்ல வேண்டும்.

அல்மா, கார்ல், லியோபோல்டு அல்லது ஹெலன் தங்களின் ஜன்னலின் வழியாகத் தெருக்களில் யூதர்கள் தரதரவென்று இழுத்துச் செல்லப்படுவதைப் பார்த்திருக்கக்கூடும். யூதப் பெண்களின் தலைகள் மொட்டை அடிக்கப்பட்டதே அவர்கள் தங்களுக்கு வரப்போவதை உணர போதுமானதாக இருந்தது. ஒரு யூத ஆண் மகனை மொட்டை அடித்து அவன் தலையின் பின்பறத்தில் வழிப் போக்கர்கள் கிறிஸ்த்தவர்களின் மதக் குறியீடான சிலுவை ஒன்றை வரைந்திருப்பதைக் காண்பதே அவர்களுக்குப் போதுமானதாக இருந்தது. அந்தக் குறியீடுதான் ஒரு மணி நேரம் முன்னர் வரை அதிபர் ஸூஸ்நிக் அவர்களின் மேல்சட்டையின் பின்புறத்திலும் வரையப்பட்டிருந்தது. மற்றவர்கள் இந்த நிகழ்வுகளை அவர் களுக்குச் செய்தியாகச் சொல்லுவதே போதுமானதாக இருந்தது,

தங்களுக்கு என்ன நடக்கப் போகும் என்று ஊகித்து, கணக்கு போட்டு கற்பனைசெய்து பார்த்ததே போதுமானதாக இருந்தது. மற்றவர்கள் அவர்களைப் பார்த்து ஏளனமாகச் சிரிப்பதைப் பார்ப்பதே அடுத்து என்ன நடக்க போகிறது என்பதை உணர போதுமானதாக இருந்தது.

அப்படியொரு காட்சியை, அதாவது சத்தம்போட்டு ஏளனம் செய்யும் கூட்டத்திற்கு மத்தியில், கடந்து செல்பவர்கள் கேளிக்கை யாகப் பார்க்கும் வண்ணம், யூதர்கள் மண்டியிட்டு அமர்ந்தபடி நடைபாதையைச் சுத்தம் செய்வதை அன்றைய காலைப் பொழுதில் ஹெலென் பார்த்தாரா இல்லையா? என்பதை நாம் அறியவேண்டியதுகூட அவசியம் இல்லை. யூதர்களைக் கால்நடை களைப்போல கட்டாயப்படுத்தி புற்களை மேய வைத்ததை அவர் பார்த்தாரா இல்லையா? என்பதைக்கூட நாம் அறிந்துகொள்ள வேண்டிய அவசியம் இல்லை. அவருடைய மரணம் அவருடைய ஆழ்மனதில் என்ன உணர்ந்தார் என்பதை நமக்குக் காட்டுகிறது. வரவிருக்கும் பெரும் துன்பத்தை, கொடூரமான அனுபவங்களை, வெறுக்கத்தக்கதாய் மாறிவிட்ட அவர் வாழ்ந்த இந்த உலகத்தைத் தன் மரணத்தின் மூலம் அப்பட்டமாக உணர்த்தினார். ஏனென்றால் உண்மையில் குற்றம் எங்கும் நிறைந்ததாய் இருந்தது. நாசிக் குறியீடுகள் பொரித்த சிறிய கொடிகளில், இளம் பெண்களின் புன்னகைகளில், வக்கிர குணம் படைத்த அந்த வசந்தகாலத்தில் கூட எங்கும் நிரம்பியிருந்தது. அந்தப் புன்னகைகளிலும், கட்டவிழ்த்து விடப்பட்ட வன்மத்திலும் ஹெலென் வெறுப்பையும், மற்றவரின் துன்பத்தில் மனம் குளிரும் மனிதர்களையும் கண்டார். அந்த ஆயிரக் கணக்கான நிழலுருவங்களுக்குப் பின்னால், முகங்களுக்குப் பின் னால், துன்புறுத்தல்களுக்குப் பின்னால் ஹெலென் ஒரு கொடூர குற்றத்தைப் பார்த்தார். அந்தக் குதூகலத்திற்குப் பின்னால் மறைந் திருந்த, யூதர்களைக் கூட்டம்கூட்டமாகக் கொல்ல, கட்டப்பட்ட முகாம்கள் ஹெலனின் ஊகிக்கும் கண்களுக்கு ஏற்கெனவே தெரிந்தன. மோதஸ்ஸன் (Mauthausen) க்ரானைட் குவாரி தெரிந்தது. ஆதலால், தன் மரணத்தைத் தானே தீர்வு செய்தார். வியன்னாவின் இளம் பெண்களின் புன்னகையில், மார்ச் 12, 1938இல், ஏளனம் செய்யும் கூட்டத்தின் மத்தியில், காற்றில் மிதக்கும் குருவிஞ்சி செடியின் நறுமணத்தில், அந்த இனம்புரியாத வெறித்தனங்களுக்கு

மத்தியில், வெறித்தனமான காளியாட்டங்களுக்கு மத்தியில், அவர் ஒரு மர்மமான சோகத்தை உணர்ந்திருக்க வேண்டும்.

தோரணங்கள் கட்டி, வண்ணக்காகிதத் துண்டுகளைத் தூவி, நாசிக் கொடிகளைப் பிடித்து, அளவுகடந்த உற்சாகத்தை வெளிப் படுத்திய அந்த இளம் பெண்கள் என்னவானார்கள்? அவர்களின் புன்னகை என்னவாயிற்று? அவர்களின் கவலையற்ற போக்கு என்னவாயிற்று? மகிழ்ச்சியைக் கள்ளங்கபடமின்றி வெளிப் படுத்திய அவர்களின் முகங்கள்! 1938இல் இருந்த அந்த ஒட்டு மொத்த பரவசம் என்னவாயிற்று? இன்றய தினத்தில் அந்தப் பெண்களில் ஒருவர் தன்னைத் தானே அந்தக் காணொளி பதிவில் பார்ப்பாரெனில், அவருடைய சிந்தனை என்னவாக இருக்கும்? நேர்மையான சிந்தனைகள் உலகம் தோன்றிய காலத்திலிருந்த இரகசியங்களாகவே காக்கப்படுகின்றன. வார்த்தைகளை பாதி விழுங்கியும், மூச்சுக்காற்றை அடக்கியும் தான் சிந்தனைகள் வெளிப்படுத்தப்படுகின்றன. அந்தச் சிந்தனைகளின் பின்புலத்தில், பூமியின் அடியில் மெதுவாக ஓடும் ஒரு எரிமலை குழம்புபோல வாழ்க்கை நகருகிறது. அப்படி ஒருவேளை அந்தப்பெண்களில் ஒருவர் இப்போது உயிருடன் இருந்தால், தோலின் சுருக்கங்கள் அவரின் உதடுகளை வாயினுள் புதைத்திருக்கும், இமைகளின் வண்ணத்தை மாற்றியிருக்கும், குரல் பலவீனமாகியிருக்கும். அவருடைய கண்கள் தன்னுடைய பிம்பத்தை மங்கலாக காட்டிக் கொண்டிருக்கும் தொலைக்காட்சிப் பெட்டிக்கும், உணவுப் பண்டங்களுக்கும் இடையே அலைபாய்ந்து கொண்டிருக்கும். அவருக்கு சேவை செய்யும் செவிலியர்கூட அவர் அருகில் என்ன செய்வது என்று தெரியாமல் நின்றுகொண்டிருப்பார். இரண்டாம் உலகப்போர் முடிந்து வெகு காலமாகிவிட்டது. அதே நேரத்தில் தலைமுறைகள் அடுத்தடுத்ததாக, இரவு ரோந்தில் பொறுப்பை ஒருவர் மாறி ஒருவராக நிறைவேற்றும் இராணுவ வீரர்களைப் போல, மாறிக்கொண்டே வருகின்றன. பழங்களின் வாசனை யையும், இளமையின் நினைவுகளையும் இந்தக் கொடூர நிகழ்வு களிலிருந்தும், பீதியை உண்டாக்கும் எரிமலைக் குழம்பில் இருந்தும் எப்படிப் பிரித்தெடுப்பது? எனக்குத் தெரியவில்லை. தான் வசிக்கும் அந்த முதியோர் இல்லத்தில், ஈதர் வாசனைக்கும் ஐயோடின் கரைகளுக்கும் நடுவில், கோழிக்குஞ்சு போல்

மெல்லிய மென்மையான, சருமத்துடன் எங்கும் சுருக்கங்களால் போர்த்தப்பட்ட அந்த வயதானப் பெண் குழந்தை, தொலைகாட்சி பெட்டியில், அந்தக் கருணையற்ற செவ்வகப் பெட்டியினுள் தன்னைத் தானே பார்க்கும்போது அது தான்தான் என்று அடையாளம் கண்டு, இரண்டாம் உலக யுத்தத்திற்குப் பிறகு, அந்தப் பேரழிவிற்குப் பின்னர், அமெரிக்க மற்றும் ருஷ்ய ஆக்கிரமிப்பிற்குப் பிறகு, இன்னமும் உயிரோடு இருக்கும் அவள், அவளுடைய காலணிகள் தரையில் உரசி சத்தமெழுப்பும் இந்த வேளையில், அவள் அமர்ந்திருந்த இருக்கையில் கைவைக்கும் பகுதியில் அழுத்தத்தால் அவளுடைய கரங்களில் விழுந்த கோடுகளுடன், செவிலியர் கதவைத் திறக்கும்போது, எப்போதாவது அந்த பார் மலின் வாடையிலிருந்து பழைய வலிநிறைந்த நினைவுகளை அசைபோடுவாளோ?

அல்மா பைரோ, கார்ல் ஸ்லேசிங்கர், லியோபோல்டு பியன், மற்றும் ஹெலன் குன்ஹர். இவர்களுக்கு நீண்டகாலம் வாழக் கொடுத்துவைக்கவில்லை. ஜன்னலின் வழியே குதித்து இறப்பதற்கு முன்பு 1938, மார்ச் 12 அன்று லியோபோல்டு பல முறை உண்மையையும், அதைத் தொடர்ந்து அவமானத்தையும், நேருக்கு நேர் பார்க்கவேண்டியதாயிற்று. அவரும் ஒரு ஆஸ்திரிய பிரஜையாக இருந்தவர்தானே? பல ஆண்டுகளாக கத்தோலிக்க தேசியத்தின் அபத்தமான வேடிக்கைகளைத் தாங்கிக்கொண்டுதானே இருந்தார்? அந்த மதிய வேளையில், இரண்டு ஆஸ்திரிய நாசிகள் அவர் வீட்டின் அழைப்பு மணியை அழுத்தியபோது, அந்த வாலிபரின் முகம் ஒரு கணத்தில் ஒரு வயோதிகருடைய முகத்தைப் போல் ஆனது. சிறிது நேரம் என்ன பேசுவது என்று தெரியாமல் தன்னுள் இருந்துகொண்டு தன்னை ஆணையிட முயற்சிக்கும் வன்முறையை வெளிப்படுத்தாமல் பேச வார்த்தைகளைத் தேடினார். ஆனால் ஒரு வார்த்தைகூடத் தட்டுப்படவில்லை. சில நாட்களில் காலையில் இருந்து மாலைவரை தெருக்களிலேயே யாரும் பார்க்காதவண்ணம் தன்னைக் காட்டிக்கொடுக்க நினைக்கும் தன்னுடைய அக்கம் பக்கத்தில் வசிப்பவர்களில் ஒருவரின் கண்ணிலோ உடன் பணி புரியும் சகஊழியரின் கண்ணிலோ பட்டுவிடக் கூடாது என்ற பயத்தில் சுற்றித் திரிந்துகொண்டே இருந்தார்.

அவர் விரும்பி வாழ்ந்த அந்தப் பழைய வாழ்க்கை இனி இல்லை என்றாகிவிட்டது. அந்த வாழ்க்கையிலிருந்து எதுவுமே மிஞ்சவில்லை: பணியைச் சரியாகச் செய்ய வேண்டும் என்ற சின்னஞ்சிறு கவலைகளில் அவருக்கிருந்த மகிழ்ச்சி, மதிய வேளையில் அவசரஅவசரமாக உணவு உண்பதில் இருந்த நிறைவு, அதன் பின்னர் பழைய கட்டடம் ஒன்றின் படிக்கட்டுகளில் அமர்ந்து கொண்டு பண்டங்களை தின்றபடி சாலையில் செல்வோர்களைப் பார்த்துக்கொண்டிருப்பதில் இருந்த சந்தோஷம், என்று அனைத்துமே இல்லாமல் போனது. அந்த மார்ச் 12இன் மதிய வேளையில், அவரது வீட்டின் அழைப்புமணி அலறியபோது, அவருடைய சிந்தனைகள் ஒரு வெள்ளை பனித்திரைபோல் அவரைச் சுற்றியது. அப்போதுதான் ஆன்மாவின் நீண்ட மயக்கத்தில் இருந்து விடுபட்ட அந்த ஆழ்மனதின் குரல் அவருக்குக் கேட்டது. ஜன்னலைத் திறந்தார், பின்பு குதித்தார்.

வால்டர் பெஞ்சமின் என்ற ஜெர்மனிய சிந்தனையாளர் ஜெர்மனியப் பெண் எழுத்தாளரான மார்கரெட் ஸ்டெபனுக்கு தான் எழுதிய கடிதம் ஒன்றில், அளவுக்கு மிஞ்சிய நக்கல்தனத்துடன், ஏனென்றால் காலமும், போருக்குப் பின்பு வெளிவந்த பல உண்மைகளும் அவர் கூற்றுகளை சகிக்க முடியாததாக மாற்றி விட்டன, கூறுவது என்றால். திடீரென்று வியன்னாவில் வசித்த அனைத்து யூதர்களுக்கும் சமையல் எரிவாயு இணைப்பு துண்டிக்கப் பட்டது. அவர்கள் எரிவாயு பயன்படுத்துவதால் எரிவாயு நிறுவனத் திற்குப் பெரும் நஷ்டம் ஏற்பட்டது. அதாவது சமையல் எரி வாயுவை அதிகபட்சமாகப் பயன்படுத்தும் ஒரு குறிப்பிட்ட மக்கள் கூட்டம் அதற்கான கட்டணத்தைச் செலுத்தத் தவறியதாக அவர் கூறினார். இந்த இடத்தில்தான் பெஞ்சமின் மார்கெரெட்டிற்கு எழுதிய கடிதம் விசித்திரம் நிறைந்ததாகப் பரிணமிக்கிறது. ஏதும் முழுமையாகப் புரிந்துகொள்ளும்படி இல்லை. எதிலும் ஒரு தயக்கம். அந்தக் கடிதத்தின் அர்த்தங்கள் கிளைகளுக்கு இடையே தெரியும் வானத்தில் நகரும் மர்ம மேகம் போல் மிதக்கிறது. திடீரென்று அந்த மேகம் விலகி எங்கிருந்தோ ஓர் ஒளி தோன்றி ஒரு கணிசமான அளவு உண்மையைக் காட்டுகிறது. அப்படித் தெரியும் அந்த உண்மை மனித வரலாற்றில் மிக பைத்தியக் காரத்தனமானதாகவும், மிக துயரத்திற்குரியதாகவும் உணரப்படு கிறது. அதாவது ஆஸ்திரிய நிறுவனம் யூதர்களுக்கு எரிவாயு

இணைப்பைத் துண்டித்துவிட்டதன் காரணமாக, தங்களுக்கு எரி வாயு கிடைக்கவில்லை என்ற விரக்தியிலும் மேலும் அதன் கட்டணத்தைக் கட்டக் கூடாது என்ற எண்ணத்திலும்தான் யூதர்கள் தற்கொலை செய்துகொண்டனர் என்பதாகும். இப்படி ஒரு விளக்கம் ஏற்புடையதா என்று ஆச்சரியப்பட்டேன் - அந்தக் காலகட்டத்தில் அப்படித்தான் உண்மைக்குப் புறம்பான சாத்தியமற்ற பல கொடூ ரங்கள் அவிழ்த்துவிடப்பட்டன - இல்லையென்றால் அது வெறும் கட்டுக்கதையாகத்தான் இருக்க வேண்டும், மரணத்தின் மெழுகு வர்த்தி வெளிச்சத்தில் ஜோடிக்கப்பட்ட ஒரு மனிதாபிமானமற்ற கட்டுக்கதை. அது ஒரு மிக கசப்பான கட்டுக்கதையாக இருந் தாலும் சரி, உண்மையிலேயே நடந்தது ஒரு எதார்த்த நிகழ் வாக இருந்தாலும் சரி. நம் நகைச்சுவை உணர்வின் தரம் அகல பாதாளம்வரை தாழ்ந்துவிடும்போது, அது எப்படியோ உண்மையைப் பேசிவிடுகிறது.

அத்தகைய ஆபத்தான தருணங்களில், பல விஷயங்கள் பெய ரற்றுப் போய்விடுகின்றன. அவை நம்முடைய விவரணையின் பிடியிலிருந்து வெகுதூரம் சென்றுவிடுகின்றன. அப்படித்தான் தற்கொலையைப் பற்றியும் நம்மால் பேச முடியாது. அல்மா பைரோ தற்கொலை செய்து கொள்ளவில்லை, கார்ல் ஸ்லேசிங்கர் தற்கொலை செய்துகொள்ளவில்லை, லியோபோல்டு பியன் தற்கொலை செய்துகொள்ளவில்லை, ஹெலென் குஹனேரும் அப்படித்தான். அவர்களில் ஒருவர்கூட மரணத்தைத் தானாகத் தேர்ந்தெடுக்கவில்லை. அவர்களின் மறைவு அவர்களின் சொந்த வாழ்க்கையின் துயரங்களுடன் தொடர்புடையது என்று கூறவே முடியாது. அவர்கள் கண்ணியமாக மரணிக்க முடிவு செய்தனர் என்றுகூட சொல்ல முடியாது. அவர்களின் வாழ்வு ஒரு தனிப்பட்ட விஷயத்தினால் உண்டான மன அழுத்தத்தின் காரணமாக முடிய வில்லை. அவர்களின் வேதனை பலரால் பங்கிடப்பட்டது, அவர் களின் மரணம் இன்னொருவரால் இழைக்கப்பட்ட குற்றம்.

ஆனால், இந்த மனிதர்கள் எல்லாம் யார்?

சில நேரங்களில் ஒரு வாக்கியத்தில் சொல்ல வேண்டிய விஷயத்தை ஒரு வார்த்தையிலேயே சொல்லிவிடலாம். அந்த ஒரு வார்த்தை நம்மை கனவுலகிற்குள் இழுத்துச்செல்லலாம். ஆனால், காலம் அத்தகைய உணர்வுகளற்றது. ஆதலால் எந்தக் குழப்பங்களுக்கு முன்பும் நிற்காமல், எதற்கும் தயங்காமல், அமைதியாகத் தன் யாத்திரையைத் தொடரும். அப்படித்தான் 1944ஆம் ஆண்டின் வசந்த காலத்தில், இந்தக் கதையின் முற்பகுதியில் நாம் ஏற்கெனவே பார்த்த, தன்னுடைய பணத்தைத் தந்து நாசி அரசிற்கு அதன் தொடக்கத்திலேயே துணை நின்ற குஸ்தாவ் க்ரூப் என்ற தொழில் துறை பாதிரியார், Konzern கம்பெனியின் அடுத்த வாரிசான தன்னுடைய மூத்த மகன் அல்ஃபிரெட் (Alfried) உடனும் தன் மனைவி பெர்தாவுடனும் (Bertha) இரவு உணவு அருந்திக்கொண்டிருந்தார். அந்த இரவு உணவு நேரம் அவர்கள் காலம்காலமாக வசித்து தங்களின் அதிகாரத்தை நிலைநாட்டி வந்த மிகப்பெரிய ஹுகல் (Hugel) பங்களாவில் அவர்களின் கடைசி நிமிடங்களாகியது. இந்த நேரத்தில் சாகசங்கள் சங்கடங்களாக மாறிக்கொண்டிருக்கின்றன. எல்லா பக்கங்களிலும் ஜெர்மனியப்படைகள் பின்வாங்குகின்றன. தன் இருப்பிடத்தை விட்டு சென்று, ருஹ்ர் (Ruhr) மற்றும் பிளன்பாக் (Blühnbach) நகரங்களில் இருந்து வெகு தொலைவில் மலைகளில் பதுங்குவதற்கு அவர்கள் முடிவு செய்யவேண்டிய தருணம். அங்குதான், வெண்மையாக உறைந்த அமைதியில், வெடிகுண்டுகள் அவர்களை நெருங்காது.

சட்டென்று அன்பிற்குரிய குஸ்தாவ் எழுந்தார். வெகுகாலமாக அவர் ஒரு மீள முடியாத முட்டாள் தனத்தில் மூழ்கியிருந்தார். பேசத் தெரியாதவராய் வளைந்து கொடுப்பவராய் பல ஆண்டுகளாக மௌனம் காத்தார். அப்படியிருந்தவர், அன்றைய இரவு சாப்பாட்டிற்கிடையில், சட்டென்று எழுந்தார். கரத்தில் கை

துடைக்கும் துணியை இறுக்கப்பிடித்தபடி தனது நீண்ட மெலிந்த ஆள்காட்டி விரலால் தன் எதிரில் அமர்ந்திருந்த அவர் மகனுக்குப் பின்னால் அறையின் மறுமுனையில் ஏதோ ஒன்றைக் காட்டினார். "ஆனால் இந்த மனிதர்கள் எல்லாம் யார்?" அதைக்கேட்டு அவர் மனைவி அவருடைய விரல் காட்டிய திசையில் திரும்பினாள், அவர் மகனும் பின்புறம் திரும்பிப் பார்த்தான். அவர்கள் மூவரின் முகங்களும் வெளுத்தன. அறையின் மூலையில் இருண்டு போயி ருந்தது, அந்த இருள் அசைவது போலவும், அதிலிருந்து சில உருவங்கள் ஊர்ந்தபடி வெளியே வருவதுபோலவும் தெரிந்தது. ஆனால், அவரை அப்படி பயத்தில் உறையச்செய்தது ஹுகள் பங்களாவின் பேய்களோ, அமானுஷ்ய சக்திகளோ அல்லது புழுக்களோ அல்ல. அவரைப் பார்த்தபடி நகரும் முகம்கொண்ட உண்மையான மனிதர்களைப்போல் அவர்கள் இருந்தனர். வெறித்த கண்களுடன் அவர்களின் உருவங்கள் இருளில் இருந்து வெளியேறுவதைப் பார்த்துக்கொண்டிருந்தார். முன்பின் அறியாத முகங்கள், அவரின் முகத்தில் ஈ ஆடவில்லை, பயத்தில் உறைந்து போய் நின்றார். வேலை ஆட்கள்கூட ஆடாமல் அசையாமல் நின்றனர். ஜன்னல் திரைகள் பனிபோல் அசையாமல் உறைந்து நின்றன. அவரின் கண்களுக்கு இப்போது நன்றாகத் தெரிவதுபோல் இருந்தது, இதுவரை பார்த்ததைவிட மேலும் நன்றாகவே பார்த்தார். அவர் பார்ப்பது என்ன? அந்த இருட்டில் இருந்து வெளியேறியது என்ன? அவை பல ஆயிரக்கணக்கான இறந்தவர்களின் உடல்கள். ஹிட்லரின் கூலிப்படை கட்டாயப்படுத்தி குஸ்தாவின் நிறு வனத்தில் கடுமையாக உழைக்கவைத்த பரிதாபமான மக்களின் இறந்த உடல்கள் அவை. அத்தனை உடல்களும் திடீரென்று எங்கிருந்தோ முளைத்தன.

பல ஆண்டுகளாக அவர் பூச்செனவால்ட் (Buchenwald), ஃப்லோ சென்பர்க் (Flossenburg), ராவன்பரக் (Ravenbruck), சாச்சன்ஹௌசைன் (Sachsenhausen) மற்றும் ஆஷுவிட்ச் (Auschwitz) போன்ற யூதக் கைதிகளின் முகாம்களில் இருந்து நாடுகடத்தப்பட்ட யூதர்களை விலைபேசி வாங்கினார். அவர்களின் வாழ்வில் எஞ்சியிருந்த நாட்கள் என்னவோ சில மாதங்கள்தான். நோய் நொடியிலிருந்து தப்பிய கைதிகள்கூட கடைசியில் பசியால் உணவின்றி மாண்டனர். ஆனால், அப்படி கைதிகளை உபயோகப்படுத்திக்கொண்டது

குஸ்தாவ் க்ரூப் என்ற ஒரு தொழில் அதிபர் மட்டும் அல்ல. பிப்ரவரி 20ஆம் தேதி அன்று நடைபெற்ற கூட்டத்தில் கலந்துகொண்ட அவருடைய மற்ற தொழில் கூட்டாளிகளும் இதன் மூலம் லாபம் அடைந்தனர். வெறியைத் தணித்துக்கொள்ள செய்த குற்றங் களுக்கும், அரசியல் நிலைப்பாடுகளுக்கும் பின்புலத்தில், அவர் களின் லாபநோக்கமும் திருப்தியடைந்தது. போர் அவர்களுக்கு வருமானத்தை தந்தது. பயர் (Bayer) என்பவர் மோதஸ்ஸன் (Mauthausen) கைதி முகாமை மொத்தமாகக் குத்தகைக்கு எடுத்தார். BMW நிறுவனம் டாச்சோ (Dachau), பெபெண்பர்க் (Papenburg), சாச்சன்ஹொசைன் (Sachsenhausen), மற்றும் சில முகாம்களில் இருந்து உழைப்பை இலவசமாகப் பெற்றது. IG Faren நிறுவனமும் டோராமிட்டல்போ (Dora-Mittelbau), குரோஸ்ரோசன் (GrossRosen), சாச்சன்ஹொசைன் (Sachsenhausen), பூச்சென்வால்ட் (Buchenwald) மற்றும் மோதஸ்ஸன் (Mauthausen)முகாம்களிலிருந்து மட்டுமல் லாமல் ஆஷுவிட்ச்(Auschwitz) முகாம்களிலிருந்து சுரண்டிய கைதி களை வைத்து ஒரு தனி நிறுவனத்தைக் கைதிகளின் முகாமிலேயே நடத்தியது. அத்தோடு சற்றும் கூச்சமின்றி தன் நிறுவனப் பெயரில் முகாமின் பெயரை இணைத்து IG ஆஷுவிட்ச் (Auschwitz) என்று எழுதி விளம்பரப்படுத்தியது. அக்ஃபா (Agfa) நிறுவனம் டாச்சோ (Dachau)வில் ஆளெடுத்தது, Shell நிறுவனம் நுயிங்கம்மில் (Neuengamme) ஆளெடுத்தது. ஸ்னைடர் நிறுவனம் பூச்சென வால்ட்டில் (Buchenwald) ஆளெடுத்தது. டெலிபங்கென் (Telefunken) நிறுவனம் குரோஸ்ரோசனிலும் (GrossRosen), சீமன்ஸ் (Siemens) நிறுவனம் பூச்செனவால்ட் (Buchenwald), ஃப்லோசென்பர்க் (Flossenburg), நுயிங்கம் (Neuengamme), ராவென்ப்ருக் (Ravenbruck), சாச்சன்ஹொசைன் (Sachsenhausen) மற்றும் ஆஷுவிட்ச் (Auschwitz) முகாம்களிலும் ஆளெடுத்தன. அனைவரும் மிக மலிவாகக் கிடைக்கும் கூலி தொழிலாளர்களைப் போட்டிப்போட்டுக்கொண்டு வாங்கினர். அன்றைய மாலை இரவு உணவின் போது அந்தப் பிரம்மை குஸ்தாவிற்கு ஏற்படவில்லை, மாறாக எதையும் பார்க்க மறுக்கும் அவருடைய மனைவி பெர்த்தாவிற்கும் அவருடைய மகனுக்கும்தான் தோன்றியது. ஏனென்றால் அந்த இறந்த மனிதர் களின் உழைப்பின் நிழலில்தான் அவர்கள் தஞ்சம் அடைந் திருந்தனர்.

1943ஆம் ஆண்டில் க்ரூப் ஆலைகளுக்கென கொண்டுவரப் பட்ட அறுநூறு நாடு கடத்தப்பட்ட யூதர்களில் பிற்காலத்தில் வெறும் இருபது பேர் மட்டுமே உயிரோடிருந்தனர். கடைசி யாக குஸ்தாவ் தன் பொறுப்புகளைத் தன் மகனிடம் ஒப்படைப் பதற்கு முன்பு சட்டபூர்வமாகச் செய்த ஒரு செயல் என்ன வென்றால் பெர்த்தாவர்க் (Berthawerk) என்ற உற்பத்தி தொழிற் சாலையை அவரது மனைவியின் பெயரில் யூதர்களின் முகாம் களுக்கருகே உருவாக்கியதுதான். அது மனைவிக்கென்று அவர் செலுத்திய இறுதி மரியாதையாக இருக்கலாம். அந்த இடம் முழுவதும் அழுக்கு படிந்து கறுப்பாக, புழுக்களும் பூச்சுகளும் நிரம்பியிருந்தது. கைதிகளின் முகாமிலிருந்து ஆலைக்கு இடையே ஐந்து கிலோமீட்டர் தூரம். அந்தக் கைதிகள் தினந்தோறும் ஐந்து கிலோமீட்டர் குளிரிலும் வெயிலிலும் சரியான காலனிகூட இல்லாமல் முகாமிலிருந்து ஆலைக்கும், பின்னர் ஆலையிலிருந்து முகாமிற்கும் என நடந்தனர். காவலாளிகளும் காவல் நாய்களும் சுற்றி நின்றுகொண்டு காலை நாலரை மணிக்கு அவர்களை எழுப்பினர். அடித்து சித்திரவதை செய்யப்பட்டனர். மாலையில் உணவு உண்பதற்கான இடைவேளை மட்டுமே இரண்டு மணி நேரம் வரை நீடித்தது. அந்த நீண்ட இரண்டுமணிநேரமும் பொறுமையாகச் சாப்பிடுவதற்காக அல்ல. நீண்ட வரிசையில் நெடுநேரம் உணவுக்காக நிற்கவேண்டிய அவசியம் ஏற்பட்டது. அதோடு கைதிகளுக்கு சூப் வழங்கப்பட்ட பாத்திரங்கள் மிக குறைவான எண்ணிக்கையில் இருந்ததால் சாப்பிட்ட பின்னர் அந்தப் பாத்திரத்தைக் கழுவிய பின்னரே மற்றவர் அதில் சாப்பிட வேண்டி இருந்தது.

இப்போது மீண்டும் ஒருமுறை இந்தக் கதை தொடங்கிய அதே புள்ளிக்கு சில கணங்கள் வருவோம். அந்த மேசையைச் சுற்றி அமர்ந்திருந்த இருபத்து நான்கு பேரையும் கூர்ந்து கவனிப்போம். தொழிற்துறை அதிபர்கள் கூடியுள்ள கூட்டம் என்று பார்த்தவுடனே சொல்லிவிடலாம். அதே உடைகள், அதே கோடுபோட்ட கறுப்பு டைகள், அதே பட்டு கைக்குட்டைகள், தங்கத்தால் ஆன பிரேமில் அதே மூக்குக் கண்ணாடிகள், அதே வழுக்கை விழுந்த தலைகள், முகங்களும் இப்போது இருப்பவர்களைப் போன்றேதான் இருந்தன. அதாவது பாரம்பரியம் மாறாமல் அனைத்தும் அப்படியேதான்

இருக்கிறது. இந்த இடத்தில் இருந்து சில கால இடைவெளிக்குப் பிறகு அவர்களில் சிலர் இப்போது அணிந்திருக்கும் தங்க ஆபரணங்களின் இடத்தில் தகுதியின் அடிப்படையில் வழங்கப்படும் ஜெர்மனிய தேசிய பதக்கத்தைப் பெருமையுடன் அணிந்திருப்பர். பிரான்ஸில் வழங்கப்படும் லெஜியோன் தோன்னர் (Legion d'honneur) பதக்கத்தைப் போன்றது அது. அனைத்து அரசும் ஒரே மாதிரி தான் அவர்களைப் பெருமிதப்படுத்துகின்றன. பிப்ரவரி 20ஆம் தேதியன்று சாத்தான் ஓசையின்றி அவர்களின் பின்புறம் கடந்து செல்ல அவர்கள் அமைதியாகக் காரணத்துடன் காத்திருப்பதைக் கவனிப்போம். அவர்கள் அரட்டையடிக்கின்றனர், இந்த மத குருமார்களின் கூட்டம் எல்லாம் கிட்டத்தட்ட ஒரே மாதிரிதான் நடக்கும். அவையெல்லாம் பழம் பெருமையுடையது என்று ஒருபோதும் நம்ப வேண்டாம். ரோஸலினி (Rosselini) என்கிற இத்தாலிய திரைப்பட இயக்குநரின் கலை படைப்புகளில் காண்பது போல உலகப் பேரழிவுக்கு முன்னர் வாழ்ந்து 1950களில் பெர்லினில் வருந்தத்தக்க வகையில் மறைந்த உயிரினங்களல்ல இவை. இந்தப் பெயர்கள் இப்போதும் இயங்குகின்றன. அவற்றின் சொத்து மதிப்பு எண்ணிலடங்காதது.

அவர்களின் நிறுவனங்கள் சில நேரங்களில் ஒருங்கிணைந்து ஒரு சக்திவாய்ந்த குழுமமாக உருவாகும். உலகின் தலைசிறந்த இரும்பு நிறுவனங்களில் ஒன்றானதும், தன்னுடைய தலைமை யகத்தை எசன் நகரத்தில் கொண்டதுமான தைசன் க்ரூப் (Thyssen Krup) இன்றைய கால கட்டத்தில் 'இணக்கம்', 'வெளிப்படைத் தன்மை' என்ற இரண்டு வார்த்தைகளையே தனது விளம்பரத்தின் கவர்ச்சி வாசகமாகப் பயன்படுத்துகிறது. அதன் இணையதளத்தில் க்ரூப் குடும்பத்தாரைப் பற்றிய ஒரு சிறு குறிப்பு காணப்படுகிறது. அதில் 1933-க்கு முன்பாக ஹிட்லரை குஸ்தாவ் க்ரூப் மிகத் தீவிரமாக ஆதரிக்கவில்லை என்றும், ஆனால் ஹிட்லர் அதிபரான பின்னர் க்ரூப் ஜெர்மனி நாட்டிற்கு ஒரு விசுவாசமுள்ள பிரஜை யாக மாறினார் என்றும் எழுதப்பட்டுள்ளது. 1940இல் தன்னுடைய எழுபதாவது வயதில்தான் அவர் நாசிக் கட்சியின் உறுப்பினராக ஆனார் என்றும். அதுமட்டுமின்றி தன் நிறுவனத்தில் தொன்றுதொட்ட சமுதாய பாரம்பரியத்தை மதிப்பவரான அவர், குஸ்தாவ் மற்றும் பெர்தா இருவரும் தங்களின் ஐம்பதாவது

ஆண்டு திருமணத் தினத்தன்று தங்கள் நிறுவனத்தின் விசுவாசமான ஊழியர்களைச் சென்று சந்தித்தனர். இந்த வாழ்க்கை வரலாறு ஒரு உருக்கமான குறிப்புடன் முடிவடைகிறது. அதாவது பல ஆண்டு காலமாக மிகுந்த அர்ப்பணிப்புடன் பக்கவாதத்தால் முடமான தன்னுடைய கணவரை பெர்தா ப்லுன்பாகில் (Bluhnbach) உள்ள தங்களின் சொந்த வீட்டின் அருகில் ஒரு சிறிய கட்டடத்தில் வைத்து கவனித்துக்கொண்டார் என்று கூறுகிறது. முகாம்களின் உற்பத்தி ஆலைகளைப்பற்றியோ, கட்டாயத்தின் பேரில் வேலை செய்த தொழிலாளர்களைப் பற்றியோ, அங்கே ஒரு வார்த்தை கூட இல்லை.

ஹுகள் வில்லாவில் (Hügel Villa) நடந்த அவர்களின் கடைசி இரவு உணவின்போது, பயம் தணிந்தவுடன், குஸ்தாவ் மீண்டும் அமைதியுடன் தன் இருக்கையில் அமர்ந்தார். அந்த முகங்கள் மீண்டும் நிழலில் சுருங்கி மறைந்தன.

மீண்டும் ஒருமுறை 1958இல் அதிகமாக அத்தகைய முகங்கள் உலக வரலாற்றில் வெளிவந்தன. ப்ரூக்லினை (Brooklyn) சேர்ந்த யூதர்கள் அதற்கு நஷ்ட ஈடு கேட்டனர். 1933 பிப்ரவரி 20இலிருந்து குஸ்தாவ் எள்ளளவும் தயங்காமல் கத்தைக்கத்தையாகப் பணத்தை நாசிகளுக்கு வாரி இரைத்துள்ளார். ஆனால், அவருடைய மகனான அல்ஃபிரெட் (Alfried) அந்த அளவு தயாள குணம் படைத்தவர் அல்ல. “ஜெர்மனியர்களை மற்ற நாட்டவர் கறுப்பு இனத்தைச் சேர்ந்தவர்களைப்போல நடத்தினர்” என்ற குற்றசாட்டை முன் னிறுத்திய அவர் பிற்காலத்தில் வியாபாரச்சந்தையில் மிகப்பெரிய மனிதர்களில் ஒருவராக வலம் வருவார். நிலக்கரி மற்றும் இரும்பு வர்த்தகத்தின் அரசனாக, ஐரோப்பிய அமைதியைத் தாங்கி நிற்கும் கல் தூணாகப் பார்க்கப்படுவார். யூதர்களுக்கு நஷ்ட ஈடுகளைக் கடைசியாக வழங்குவதற்கு முன்பாக, எவ் வளவு கொடுக்க வேண்டும் என்பதை இரண்டு ஆண்டுகளாய் பேரம் பேசினார். ஒவ்வொரு முறை பேரம் பேச வர்த்தக ஆலோ சனைக் குழுக்கள் கூடியபோதெல்லாம் யூதர்களுக்கு எதிரான கருத்துகள் முன்வைக்கப்பட்டன. கடைசியாக ஒரு முடிவுக்கு வந்த பின்னர், தப்பிப்பிழைத்த ஒவ்வொரு யூதருக்கும் இரண் டாயிரத்து இருநூற்றைம்பது டாலர்களை வழங்குவதாக ஒப்புக் கொண்டார். வங்கிக்கணக்கில் அது ஒரு சிறிய தொகையாகப்

பார்க்கப்பட்டாலும், பத்திரிகை துறை மற்றும் செய்தியாளர்கள் இந்தச் செயலை ஏகமனதாகப் பாராட்டினர். அது அவருக்கான ஒரு பெரிய விளம்பரமாகக்கூட மாறியது. விரைவில் தாங்களாக முன்வந்து தெரிவிக்கும் உயிர்பிழைத்த யூதர்களின் எண்ணிக்கை மேலும் மேலும் அதிகரிக்க, தொகையும் மெலிந்து கொண்டே சென்றது. ஒரு வழியாக எழுநூற்றைம்பது டாலராகக் குறைந்து பின்னர் மேலும் ஐநூறு டாலராகக் குறைந்தது. ஆனால், மேலும் நஷ்டஈடு கோருவோர்களின் எண்ணிக்கை கூடிக்கொண்டே போக, நிறுவனம் நிதி நெருக்கடியின் காரணமாக எந்தத் தொகையையும் வழங்கும் நிலையில் இல்லை என அறிவித்தது: யூதர்கள் விலை உயர்ந்தவர்களாகிவிட்டனர் அவர்களுக்கு.

நாம் ஒரே படுகுழியில் தவறி இரண்டுமுறை விழுவதில்லை. ஆனால், நாம் விழும் விதம் எப்போதும் ஒரே மாதிரியாகத்தான் உள்ளது; முட்டாள்தனத்தாலும் பயத்தாலும் மட்டுமே அது சாத்தியமாகிறது. மீண்டும் விழக்கூடாது என்று நெம்பி நெளிந்து கதறுவோம். பூட்சு கால்களால் நமது விரல்கள் நசுக்கப்படும், நமது பற்கள் உடைத்துப் பிடுங்கப்படும், நமது கண்கள் கொத்திச் சிதைக்கப்படும். படுகுழியின் விளிம்பில் சுற்றிலும் மாட மாளிகைகள். ஆண்டுக்கு ஒரு முறை விழா எடுக்கும் திடலின் நடுவே அவ்வப்போது செலுத்தப்படும் அஞ்சலிக்காகவும், காய்ந்து சருகாகும் மலர்கொத்துகளுக்காகவும், சிறிய வெகுமதியாக அங்கு சுற்றி திரியும் பறவைகளுக்கு எறியப்படும் தானியங்களுக்காகவும் சரித்திரம் என்ற அந்த நீதி தேவதை அசைவற்ற சிலையாய் காத்து நிற்கிறாள்.